ஞானக்கூத்தன் நேர்காணல்கள்

# ஞானக்கூத்தன் நேர்காணல்கள்

**ஞானக்கூத்தன்** (1938 – 2016)

இயற்பெயர் ரங்கநாதன். மயிலாடுதுறையை அடுத்த திருஇந்தளூரில் பிறந்தவர். பள்ளிக் கல்விக்குப் பிறகு பள்ளி ஆசிரியராகவும் சிறப்புப் பணி ஆய்வாளராகவும் பணியாற்றினார். பொதுப்பணித் துறை ஊழியராக வேலை கிடைத்துச் சென்னையில் குடியேறினார். பதினெட்டு வயதில் அச்சேறிய தோத்திரப் பாடல் நூல் முதல் வெளியீடு. 'திருமந்திரம்' வாசிப்பின் பாதிப்பில் ஞானக்கூத்தன் என்ற புனைபெயரைச் சூட்டிக்கொண்டார். *நடை* சிற்றிதழில் கவிதைகள் எழுதினார். *கசடதபற* இதழைத் தொடங்கிய இலக்கியக் குழாமில் ஒருவர். *ழ* கவிதை ஏட்டை ஆத்மாநாம், ஆனந்த், ஆர். ராஜகோபாலன் ஆகியோருடன் இணைந்து வெளியிட்டார். *கவனம்* இதழின் ஆசிரியராகவும் இருந்தார்.

அகில இந்தியக் கவியரங்குகளிலும் கருத்தரங்குகளிலும், சிங்கப்பூர், பிரான்சு நாடுகளில் நடந்த உலகக் கவிதை வாசிப்பரங்குகளிலும் பங்கேற்றிருக்கிறார்.

கவிதை நூல்கள்: 'அன்று வேறு கிழமை' (1973), 'சூரியனுக்குப் பின்பக்கம்' (1980), 'கடற்கரையில் சில மரங்கள்' (1983), 'மீண்டும் அவர்கள்' (1994), 'ஞானக்கூத்தன் கவிதைகள்' (1998), 'பென்சில் படங்கள்' (2002), 'ஞானக்கூத்தன் கவிதைகள்' (2008), 'என் உளம் நிற்றி நீ' (2014), 'இம்பர் உலகம்' (2016), 'ஞானக்கூத்தன் கவிதைகள் முழுத்தொகுப்பு' (2018).

கட்டுரைத் தொகுப்புகள்: 'கவிதைக்காக' (1996), 'கவிதைகளுடன் ஒரு சம்வாதம்' (2004).

2016ஆம் ஆண்டு ஜூலை மாதம் 78ஆவது வயதில் மறைந்தார்.

மனைவி: சரோஜா ரங்கநாதன் (மறைவு), மகன்கள்: திவாகர் ரங்கநாதன், விஜயகிருஷ்ணா ரங்கநாதன்

## திவாகர் ரங்கநாதன்
(பதிப்பாசிரியர்)

சென்னையைச் சேர்ந்த தொழில்முறை மொழிபெயர்ப்பாளர். ஆங்கில இலக்கியம் படித்து *இந்தியா டுடே*, *காலச்சுவடு* உள்ளிட்ட இதழ்களில் பணிபுரிந்திருக்கிறார். தற்போது ஒரு தனியார் நிறுவனத்தில் பணிபுரிகிறார்.

# ஞானக்கூத்தன் நேர்காணல்கள்

பதிப்பாசிரியர்
**திவாகர் ரங்கநாதன்**

காலச்சுவடு பதிப்பகம்

அன்பார்ந்த வாசகருக்கு,

வணக்கம்.

காலச்சுவடு நூலை வாங்கியமைக்கு நன்றி.

நூலின் உள்ளடக்கம், உருவாக்கம், அட்டைப்படம் இன்ன பிற அம்சங்கள் பற்றிய உங்கள் கருத்துகளையும் ஆலோசனைகளையும் காலச்சுவடு வரவேற்கிறது. தகவல், எழுத்து, வாக்கியப் பிழைகள் தென்பட்டால் கட்டாயம் தெரிவித்து உதவுங்கள். நூல் தயாரிப்பில் கடும் குறைபாடு இருப்பின் மாற்றுப் பிரதி உங்களுக்குக் கிடைக்கக் காலச்சுவடு ஏற்பாடு செய்யும்.

மின்னஞ்சல்: publisher@kalachuvadu.com

காலச்சுவடு நாகர்கோவில் தலைமையகத்துக்கும் கடிதம் அனுப்பலாம்.

தங்கள்
எஸ்.ஆர். சுந்தரம் (கண்ணன்)
பதிப்பாளர் – நிர்வாக இயக்குநர்

ஞானக்கூத்தன் நேர்காணல்கள் ❖ பதிப்பாசிரியர்: திவாகர் ரங்கநாதன் ❖ பதிப்பும் அமைப்பும் © திவாகர் ரங்கநாதன் ❖ முதல் பதிப்பு: டிசம்பர் 2019, இரண்டாம் பதிப்பு: பிப்ரவரி 2021 ❖ வெளியீடு: காலச்சுவடு பப்ளிகேஷன்ஸ் (பி) லிட்., 669, கே.பி. சாலை, நாகர்கோவில் 629001

**ñaanakuuttan neerkaaNalkaL** ❖ Interviews ❖ Editor: Diwakar Ranganathan ❖ Compilation, editorial format and arrangement © Diwakar Ranganathan ❖ Language: Tamil ❖ First Edition: December 2019, Second Edition: February 2021 ❖ Size: Demy 1 x 8 ❖ Paper: 18.6 kg maplitho ❖ Pages: 96

Published by Kalachuvadu Publications Pvt. Ltd., 669 K.P. Road, Nagercoil 629001, India ❖ Phone: 91-4652-278525 ❖ e-mail: publications @kalachuvadu.com ❖ Printed at Print Point Offset Printers, Nagercoil 629001

ISBN: 978-93-89820-21-8

02/2021/S.No. 956, kcp 2936, 18.6 (2) 9ss

# பொருளடக்கம்

| | |
|---|---|
| *பதிப்புரை* | 9 |
| உள்ளும் புறமும் | 11 |
| "புரியாமை என்பது கவிதைக் கலை தொடர்பானது" | 17 |
| "நகர்ப்புறம் சார்ந்த அரூபமான கவிதை வேண்டும்" | 28 |
| "கவிஞனுக்கு அடையாளம் அவன் கவிஞன் என்பதுதான்" | 43 |
| "ஒரு மொழிக்கு 50 வருஷம் என்பது மிகக் குறைந்த காலம்" | 62 |
| "எனது கவிதைகள் இடிந்ததை, உடைந்ததைப் பேசுகின்றன" | 72 |
| கவிதையும் நாடகமும் | 79 |
| "கவிதைக்குக் கோட்பாடு அவசியம்" | 82 |
| *பிற்சேர்க்கை* | |
| தெற்கில் கேட்கும் பறை | 93 |
| தமிழை எங்கே நிறுத்தலாம் | 94 |

## பதிப்புரை

ஞானக்கூத்தன் நேர்காணல்களில் பொதுவாகக் கேட்கப்படும் கேள்விகள் அவர் கவிதை எழுத வந்த சூழல், புதுக்கவிதை வரலாறு, திராவிட இயக்க எதிர்ப்பு, இலக்கிய அரசியல்கள், கவிதையியல் ஆகியவற்றைப் பற்றியவையாக உள்ளன. குறிப்பிட்ட விஷயங்கள் தொடர்பாக அந்தந்த சமயத்தில் வெகுஜனப் பத்திரிகைகளில் வெளியான பேட்டிகளை இந்நூலில் சேர்க்கவில்லை. சற்று நீண்ட, விரிவான உரையாடல்கள் மட்டுமே இத்தொகுப்பில் இடம்பெற்றுள்ளன.

ஒரு நேர்காணலில் வந்த கேள்விகளே இன்னொன்றில் வரும்போது அவரது பதில்களில் விவரங்கள் சற்று மாறுபடுகின்றன; கூடுதல் தகவல்கள், கருத்துகள் சொல்லப்படுகின்றன. அவரைக் கூர்ந்து படித்தவர்களுக்குச் சில கூறுகள் சுவை கூட்டலாம். உதாரணமாக, தமது சொந்த அனுபவங்கள் கவிதையில் தெரியக்கூடாது என்பதில் மிகுந்த எச்சரிக்கையுடன் இருப்பதாக நவீன விருட்சத்துடன் நிகழ்ந்த உரையாடலில் கூறியிருக் கிறார். ஆனால் 'கந்திற்பாவை', 'அய்யர் கொடுத்த மின்விசிறி' போன்ற சில கவிதைகளில் அவரது சொந்த அனுபவங்கள்தான் எழுதப்பட்டுள்ளன. சம்பந்தப்பட்ட நபர்கள் துரதிர்ஷ்டம் இருந்தால் இவற்றில் தங்களை அடையாளம் காணலாம்.

ஞானக்கூத்தன் குறித்த இரண்டு அணுகுமுறைகள் இந்த உரையாடல்களில் வெளிப்படுவதாகத் தோன்றுகிறது: அவரது அரசியலுக்காக அவர் கவிதையை மொத்தமாக நிராகரிப்பது, கவிதையியல், தமிழ்க் கவிதை பற்றி மட்டும் பேசி அரசியல் பற்றிய விமர்சனத்தைத் தணிவாக வைத்திருப்பது. சிலர் கேள்விகளில் வன்மம் தொனிப்பதும் அவர் அதே தீவிரத்துடன் பதிலளிப்பதும் பேட்டிகளுக்குச் சுவாரசியம் தருகின்றன. கையெழுத்துப் பிரதியாகக் கண்டெடுக்கப்பட்ட ஓர் உரையாடலில் (செப்டம்பர் *2003*) கலை பற்றி மட்டுமே பேசப்படுகிறது.

புதுக்கவிதையின் வரலாற்றைப் பற்றிய ஞானக்கூத்தனின் பார்வை – அவரது புகார்கள், விமர்சனங்கள், ஆதங்கங்கள் ஆகியவற்றோடு – இந்த நேர்காணல்களில் பதிவாகியுள்ளது. அதே போல, கவிதைக்கு 'சாத்திரம்' வேண்டும், வாழ்வின் அவலட்சணங்களைப் பேசக்கூடாது என்ற அவரது சாஸ்திரீயவாதப் பார்வை குறித்து விரிவாகப் பேசியிருக்கிறார். இவை அவரைப் பற்றிய சில பழைய விவாதங்களை மீண்டும் தூண்டக்கூடும்.

*சுபமங்களா, தமிழ் இந்து* நேர்காணல்களில் அவர் குறிப்பிடும் இரு கவிதைகள் (தமிழை எங்கே நிறுத்தலாம், தெற்கில் கேட்கும் பறை) 'ஞானக்கூத்தன் கவிதைகள்: முழுத் தொகுப்'பில் விடுபட்டுள்ளன. இக்கவிதைகள் பிற்சேர்க்கையாகத் தரப்பட்டுள்ளன.

*சுபமங்களா, நவீன விருட்சம்* நேர்காணல்களை அளித்த அழகியசிங்கர், பதிப்பு குறித்து ஆலோசனை அளித்த சுகுமாரன். 'உள்ளும் புறமும்' நேர்காணல் பிரதியை அளித்த பூ ராஜகோபாலன், நிறைய நேரம் செலவிட்டுச் சில முக்கியமான தகவல்களையும் புகைப்படங்களையும் தேடி எடுத்துக்கொடுத்த ரவிசுப்பிரமணியன், யுவன் சந்திரசேகர், தமிழ் மணவாளன், ஆனந்த் ஆகியோருக்கும் அச்சுக் கோத்து வடிவமைத்து சரிபார்த்த கலா அவர்களுக்கும் என் மனமார்ந்த நன்றிகள்.

சென்னை
*24.11.2019*

**திவாகர் ரங்கநாதன்**

# உள்ளும் புறமும்

(1981இல் ஓர் ஆராய்ச்சி மாணவருக்காக ஞானக்கூத்தன் எழுதி அனுப்பிய தமது வாழ்க்கைக் குறிப்புகள் இவை.)

○

### பிறந்த தேதியும் பிறந்த இடமும்

7.10.1938. தஞ்சை மாவட்டத்தில் உள்ள மாயூரத்தில் திரு இந்தளூர் என்ற பகுதி.

### இரு தலைமுறைகளுக்கான வம்சாவளி விவரங்கள்

பல நூறு வருடங்களுக்கு முன்பு கர்நாடகத்திலிருந்து தமிழ்நாட்டுக்குக் குடியேறிய 'ஆறுவேலு' என்ற கன்னடப் பார்ப்பனக் குடும்பத்தைச் சேர்ந்தவர்கள் என் முன்னோர்கள். 'ஆறுவேலு' என்ற பழைய கன்னடச் சொல்லுக்கு ஆறாயிரம் என்று பொருள். தெலுங்கு பேசும் பார்ப்பனர்களிடையேயும் 'ஆறுவேலு' என்ற பிரிவு இருப்பதாகத் தெரிகிறது. தமிழ்நாட்டில் கன்னடம் பேசும் பார்ப்பனரிடையே 'ஆறுவேலு' என்றும் 'அரவத் தொக்கலு' என்றும் இரண்டு பிரிவினர் உண்டு. இதில் ஆறுவேலு பிரிவினர் தாங்கள் பூர்வீகக் கன்னடக் குடிகள் என்றும் 'அரவத் தொக்கலு' என்ற பிரிவினர் தமிழ்க் கலப்புடையவர்கள் என்றும் கருதுகிறார்கள் (ஆறுவேலு பிரிவினர் காவிரி, கொள்ளிடக் கரைகளில் குடியேறியவர்கள். இவர்களில் காவிரிக் கரையில் குடியேறியவர்களில் என் கொள்ளுப் பாட்டனார் சேர்ந்ததாகக் கூறப்படுகிறது. கொள்ளுத் தாத்தா வடமொழிப் புலமை உடையவர். த்வைத

சித்தாந்த வாதப் பிரதிவாதங்களில் ஈடுபாடு உடையவர். தாத்தா வடமொழிப் பயிற்சி உடையவர். என் தந்தையின் பாலப் பருவத்திலேயே தாத்தா இறந்துவிட்டதால் என் தந்தை என் பாட்டியாரால் வளர்க்கப்பட்டார். என் தந்தை ஆரம்ப உயர்நிலைப் பள்ளி ஆசிரியராக இருந்து ஓய்வு பெற்று 68ஆம் வயதில் காலமானார். ஏதோ ஒரு காலத்தில் மன்னர்களால் வழங்கப்பட்ட மான்ய நிலத்தில் ஜீவித்திருந்த முன்னோர்களின் சொத்து தாத்தாவின் காலத்திலேயே இல்லாமல் போயிற்று. என் தந்தை தனது சொந்த முயற்சியிலேயே படித்து ஆசிரியரானார். தந்தைக்கும் வடமொழிப் புலமை உண்டு. ஆனால் இலக்கிய வகையாக இல்லாமல் அது வேத மந்திரங்களைப் பற்றிய வியப்பாக இருந்தது. ஊரில் ஆசிரியர் என்ற முறையில் – ஆரம்பப் பள்ளி ஆசிரியர் என்றாலும் – கவுரவமாகக் கருதப்பட்டுவந்தார்.

**முறைசார் கல்வி பற்றிய விவரங்கள்**

என் தந்தை என் கல்வியைப் பற்றி ஏதும் குறிப்பிட்ட நோக்கு உடையவராக இல்லை. இன்னொரு விஷயம். என் தந்தைக்கு என்னைச் சேர்த்துப் பத்துப் பிள்ளைகள். இரண்டாவது நான். என் பள்ளிப் படிப்பு உயர்நிலைப் பள்ளிக்கு வரத் தொடங்கியதும் படிக்கவைக்கத் தந்தையார் மிகவும் கஷ்டப்பட்டார். நான் ஆறாம் வகுப்பில் சேர்ந்ததும் அப்பொழுது வடமொழி, சிறப்புத் தமிழ் என்ற வாய்ப்பில் என்னை வடமொழியில் சேர்த்து விட்டார். ஆறாம் வகுப்பில் எனது முதல் தமிழ்க் கவிதையும் அதைத் தொடர்ந்து எனக்குத் தமிழ் நூல்களில் ஏற்பட்ட ஈடுபாடும் என் தந்தைக்கு மகிழ்ச்சி தரவில்லை. அந்த வயதில் நான் வீட்டுச் சுவர்களில் சொந்தமாகச் சித்திரங்கள் வரையத் தொடங்கியதும் திகைத்தார். ஊர்க்காரர்கள் எனது தமிழ்ப் புலமையையும் (?) சித்திரத் தேர்ச்சியையும் பாராட்டியபோது என் தந்தைக்கு என் கல்வி ஒரு பிரச்னையாகத் தோன்றியது. எட்டாம் வகுப்பு முடிந்ததும் தமிழ்ப் புலவர் வகுப்பில் என்னைச் சேர்க்க வேண்டும் என்று சிலரும் கூறத் தொடங்கியபோது என் தந்தை வருந்தத் தொடங்கினார். பையன் கவியாகவோ சித்திரக்காரனாகவோ வரலாம், ஆனால் அது வாழ்க்கைக்கு வசதியானதில்லையே என்று சொல்லத் தொடங்கினார். குடும்பம் பெரியதாகையால் நான் உயர்நிலைப் பள்ளிப் படிப்பை முடித்து ஏதாவது வேலையில் சேர்ந்துவிட வேண்டும் [என] விரும்பினார். எனக்குத் தமிழ் படிக்க வேண்டும் என்ற விருப்பம் வளர்ந்தது. தருமை ஆதீனத்துத் தமிழ்க் கல்லூரியில் சேர வேண்டுமென்று, பள்ளி இறுதியாண்டு தேர்ச்சி பெற்றதும் கூறினேன். அதற்குப் பதில் சொல்லாததால் நான் மூன்று நாட்கள் உபவாஸம் இருந்தேன். மூன்றாம் நாள் இரவு, தனிக்கல்வி (tuition) வகுப்புகளை

முடித்துக்கொண்டு வீடு திரும்பிய தந்தை, வாசல் திண்ணையில் உட்கார்ந்துகொண்டு கூப்பிட்டார். என்னிடம் சொன்னார்: 'நீ ஹைஸ்கூல் படிப்பதற்கே ரெட்டியார் உபகாரச் சம்பளம் தேவைப்பட்டது. இனிமேல் படிக்க என்ன செய்ய வேண்டும்? நீ வேலைக்குப் போனால் எனக்குக் கஷ்டம் குறையும். உன் தம்பிகளும் உன் வருமானத்தில் படிப்பார்கள்' என்றார். நான் உபவாஸத்தைக் கைவிட்டு வேலைக்குப் போனேன். என் கல்வி எல்லோருக்கும் பங்கிட்டுத் தரப்பட்ட சில பருக்கைகள்தான். பள்ளிக்கூட நாட்களில் பள்ளிக்குப் போவதில் எனக்கு விருப்பம் இருந்தது கிடையாது. அதிலும் விடுமுறைக்கு முதல் நாளும் பிந்திய நாளும் பள்ளிக்குப் போக அறவே பிடிக்காது.

நான் உயர்நிலைப் பள்ளியில் படிக்கும்பொழுது மொழித் திட்டத்தில் ஏகக் குழப்பம். இதனால் ஆங்கிலம் எனக்கு ஏழாம் வகுப்பில்தான் தொடங்கப்பட்டது. என் தந்தைக்கு நான் வடமொழி படிக்க வேண்டும் என்று விருப்பம். நான் அதை 9ஆம் வகுப்பில் விட்டுவிட்டுப் பொதுத் தமிழ், சிறப்புத் தமிழ் என்று இரண்டையும் தமிழாக்கிக்கொண்டேன். எனக்கு வடமொழி பிடித்திருந்தது. ஆங்கிலமும் அவ்வாறே. இந்த மூன்று மொழிகளோடு சித்திரம் போன்ற ஏதேனும் கலைகள் இருந்தால் போதும் [என்று] எனக்கு அப்போது தோன்றியதுண்டு.

ஒவ்வொரு சிறுவனுக்கும் அவனுக்கு எதில் ஊக்கம் இருக்கிறதோ அதில் அவனைத் தேர்ச்சி பெறச் செய்து, சகல துறைகளும் ஒன்றுக்கொன்று சமமாக இருக்க வேண்டும் என்று நான் விரும்பியதுண்டு. இன்றும் அவ்வாறே.

**வளரும் ஆண்டுகளில் பாதித்தவர்கள்**

எந்த ஒரு மனிதரும் என்னைப் பாதித்ததாகக் கூறுவதற்கில்லை என்றாலும், கம்பரை நான் மறக்க முடியாது. மாயூரம் தாலுகாவில் ஒரு முனிசிப்பல் வார்டாக இருப்பது நான் பிறந்த ஊராகிய திரு இந்தளூர். இது மிகவும் பழமையான ஊர். இது ஒரு வைணவத் தலம். திருமங்கையாழ்வாரால் பார்த்துப் பாடப்பட்டது. மாயூரம் தாலுகாவைச் சேர்ந்த, ஆனால் சற்றுத் தொலைவில் உள்ள தேரிழந்தூர் கம்பர் பிறந்த ஊர். திரு இந்தளூரை மக்கள் திருவழுந்தூர், திருவிழந்தூர் என்று சொல்வார்களாதலால் வெளியார்களுக்கு அது கம்பர் பிறந்த ஊரான தேரிழந்தூராகிய திருவழுந்தூரை ஓசையில் நினைவூட்டும். தேரிழந்தூர் கிராமப் புறமாகையால், அங்கே படித்த வைணவர்கள் எங்கள் ஊரில் குடியிருந்தார்கள். இவர்களில் ஒருவர் எனக்கு ஆறாம் வகுப்பு ஆசிரியராக இருந்த ஸ்ரீநிவாஸ ஐயங்கார். இவர் தேரிழந்தூரில் சொந்த வீடும் நிலமும் உடையவர். இந்தச் செய்தி எனக்குத்

தெரிந்ததும் எப்படியோ கம்பர் பிறந்தது எங்கள் ஊராகிய திரு இந்தளூராகத்தான் இருக்க வேண்டும் என்று தோன்றியது. மேலும் காவிரியின் கரையில்தான் திரு இந்தளூர் இருக்கிறது. தேரிழந்தூர் காவிரிக்கு வெகு தொலைவில் [இருக்கும்] வைணவத் தலமாதலால் கம்பராமாயணப் பிரசங்கங்கள் அவ்வப்போது நடைபெறும். கம்பராமாயணப் பிரசங்க பூஷணம் என்ற விருது பெற்ற வரதராஜ ஐயங்கார் என்பவரின் பிரசங்கத்தைக் கேட்டிருந்தேன். கவிதையில் கதைகளும் வருமென்பது அவர் வழியாகத்தான் தெரிந்தது. கம்பராமாயணம் தெரியத் தொடங்கியதும் ஸ்ரீநிவாஸ ஐயங்காரிடம் எனக்கு அவர் கம்பர் ஊர்க்காரர் என்பதால் மதிப்பு கூடியது. அவரும் கவிஞர். 1930–40களில் அவர் பத்திரிகைகளில் கவிதைகள் எழுதியிருக்கிறார். என் கவிதையை அவரிடம்தான் முதலில் படித்துக்காட்டினேன். இராமகிருஷ்ண பரமஹம்சரைப் போல் தோற்றம் உடைய அவர் என் கவிதையைக் கேட்டுவிட்டு அதில் யாப்பு இலக்கணம் சரியாக இல்லை என்றார். என்ன செய்ய வேண்டும் என்று கேட்டதற்கு யாப்பு இலக்கணம் படிக்க வேண்டும் என்றார். அது எங்கே கிடைக்கும் என்று கேட்டதற்கு 'கிடைக்கும். அது இப்போது உனக்குப் புரியுமா?' என்று கேட்டார். நான் ஆறாம் வகுப்பில் படித்துக்கொண்டிருந்தேனாகையால் எனக்கு அது எட்டாது என்று அவர் நினைத்தார். யாப்பு பிறகு தெரிந்துகொள்ளலாம், முதலில் நிறைய படி என்றார். நல்ல வேளையாக என் அண்ணன் 9ஆம் வகுப்பு படித்துக்கொண்டிருந்ததால் அவனது இலக்கணப் புத்தகத்தை எடுத்து யாப்பிலக்கணம் கற்றுக்கொண்டேன். யாப்பின் அடிப்படைகள் அன்றைக்கே தெரிந்துகொண்டதில் என் அண்ணன் பாடப் புத்தகத்தில் வந்திருந்த ராமாயணம், சிலப்பதிகாரம் இரண்டையும் ஆராய்ந்தேன். கம்பனின் குகப் படலம் அது. அது எழுதப்பட்டிருந்த நேர்த்தி என்னைக் கவர்ந்தது. அடுத்து 5 வருடங்களுக்குக் கம்பர் என் தீவிரமான வாசிப்புக்காளானார். உருவாகும் இளம் வயதில் என் ஆசிரியனாகக் கம்பர் இருந்தார். இன்றும் அவருடைய பாதிப்பை நான் உணர்கிறேன்.

**நீங்கள் முன்மாதிரியாகக் கருதும் நபர்கள் யாராவது இருக்கிறார்களா?**

இல்லை. தமிழ்க் கவிதைக்கென்றே சில அடிப்படைக் குணாதிசயங்கள் உள்ளன. ஒருவேளை இந்தப் பண்புகள் இதர மொழிக்கும் பொருந்தலாம். அவை சிக்கனம், தெளிவு, நேரடியாகக் கூறல், அணுக்கம் என்பன. இந்தப் பண்புகளைக் கொண்டே தமிழ்க் கவிதைகள் அமைந்துள்ளன. அவையே என் கவிதைகளுக்கும்.

## இடப்பெயர்ச்சி பற்றி

உள்ளூரில் இருந்தபொழுது எல்லாத் தமிழ் நூல்களும் கிடைத்தன. ஒரு நாள் பஸ்ஸில் யாரோ விட்டுவிட்டுப் போய்விட்டதாகச் சொல்லி என்னிடம் வேர்ட்ஸ்வொர்த்தின் கவிதை நூலொன்றை என் மாமன் எனக்குக் கொண்டுவந்தார். வேர்ட்ஸ்வொர்த்தின் 'லூசி கிரே'யை நான் படித்திருந்தேன். அவர் இன்னும் ஏராளமாக எழுதியிருக்கிறார் என்று எனக்கு அப்பொழுதுதான் தெரியவந்தது. கோல்ட்ஸ்மித்தின் கவிதை ஒன்றும் நான் படித்திருந்தேன். இன்னும் ஆங்கிலத்தில் ஏராளமான கவிஞர்கள் இருப்பார்கள், ஏராளமாகக் கவிதைகள் இருக்கும் என்பது தெரிந்திருந்தது. அவற்றின் கற்பனை முறை என்னைக் கவர்ந்தது. நிறைய ஆங்கில நூல்கள் படிக்க வேண்டும் என்று தோன்றியது. பள்ளி இறுதி வகுப்பு முடிந்து, அதற்குப் பிறகு நான்கைந்து ஆண்டுகள் நான் தமிழைத் தவிர வேறொன்றும் வேண்டாதவனாக இருந்தேன். ஆங்கிலம் அந்நிய ஆதிக்க மொழி என்பதும் அதனால் இந்திய மொழிகள் பாதிக்கப்படுகின்றன என்பதும் என்னிடத்தில் எதிர்ப்புணர்வை வளர்த்திருந்தன. ஆனால் ஆங்கில இலக்கியம் படிக்க ஆவலும் எழுந்தது. வேர்ட்ஸ்வொர்த் போன்ற கவிஞர்கள் எழுதிய மொழி என்ற எண்ணமும் தலையெடுத்தது. உள்ளூரில் ஆங்கில நூல்கள் கிடைக்க வழியில்லை. சென்னைக்கு வந்ததும் நூலக வசதி கிடைத்தது. 1959ஆம் ஆண்டு ஜூன் முதல் தேதியிலிருந்து ஆங்கில நாளிதழ்களைப் படிப்பது பாவமில்லை என்று தொடங்கினேன். அன்று மாலையிலிருந்தே நூலகம் செல்லத் தொடங்கினேன். ஜப்பானியக் கவிதைகள் முதலில், பின்பு சீனக் கவிதைகள், பிறகு ஆங்கிலேய அமெரிக்கக் கவிதைகள் என்று படிக்கத் தொடங்கினேன். இதனால் என் கவிதைகள் ஆழமாகப் பாதிக்கப்பட்டன என்று கூற முடியாது என்றாலும் ஏதோ ஒரு திருப்பத்தில், ஒரு நடையில், ஒரு கண் சிமிட்டலில் அதன் சாயல் இருப்பதைக் கூற முடிகிறது. அதைவிட முக்கியமாகத் தமிழ்க் கவிதைகளை மற்றவற்றோடு எடைபோட முடிந்தது.

## திருமண வாழ்க்கை பற்றி

திருமணமே செய்துகொள்ளாமல் இருக்க வேண்டுமென்று கருதியிருந்தேன். கம்பர் கவிதையில் ஈடுபட்டது போல. திருமூலரிடம் எனக்கு ஈடுபாடு இருந்தது. ஒரு மாதிரியான சந்யாசித்துவமும் மௌனமும் உடையவனாகவே நான் இளமைக் காலத்திலிருந்து அறியப்பட்டிருந்தேன். பெற்றோர்கள் விருப்பப்படி திருமணமாகிக் குழந்தைக்குத் தகப்பனாகிய பிறகு மனித குலத்தின் மீது எனக்குக் காதல் துக்கமாக மண்டிவிட்டது.

என் கவிதைகளில் குடும்பம் ஒரு தொடர்பான செய்தியாக இருப்பதை நான் காண முடிகிறது.

**பொதுவாழ்க்கை பற்றிச் சுருக்கமாகச் சொல்லுங்களேன்**

*எனக்குப் பொதுவாழ்க்கை என்று ஒன்று இருப்பதாகத் தெரியவில்லை. யாராலும் விசேஷமாகக் கண்டுகொள்ளப்படாத சாதாரணமான மனிதனாக இருப்பதை நான் நேசிக்கிறேன்.*

**இலக்கிய வாழ்க்கை பற்றிச் சுருக்கமான ஒரு குறிப்பு . . .**

*இலக்கிய வாழ்க்கை? 1960ஆம் ஆண்டு என் கைவசமிருந்த கவிதைகள் எதையும் எந்த ஏட்டிலும் வெளியிட முடியவில்லை. தமிழ்நாட்டின் எல்லைப் பிரச்னை, தமிழ்நாடு பெயர் வைப்புப் போராட்டம் ஆகியவற்றில் கலந்துகொண்டதோடு மூன்று கவிதைகளும் வெளியாகின. எந்த ஏடும் ஏற்றுக்கொள்ளத் தயாராக இல்லை. கவிதைகளை வெளியிடத் தனி ஏடு வேண்டும் என்று தோன்றியதோடு, பெரிய ஏடுகளை எதிர்த்துப் பிரசுரிக்க ஏடுகள் வேண்டும் என்றும் கறுவத் தொடங்கினேன். இந்தச் சமயத்தில் வெளிவந்துகொண்டிருந்த சி.சு. செல்லப்பாவின் 'எழுத்து' என்ற ஏடும் என் கவிதையை வெளியிட மறுத்துவிட்டது. ஒருபுறம் மரபுக் கவிதையாளர்கள் என் கவிதைகளைப் புதுக்கவிதைகள் என்று தள்ள, மறுபுறம் அவற்றை மரபுக் கவிதைகள் என்று சி.சு. செல்லப்பா உள்ளிட்ட சிலர் தள்ள, என் கவிதைகள் என்னிடம் தங்கின. 1968ஆம் ஆண்டு கிழித்தெறிந்தவை போகச் சிலவற்றை முதல் தடவையாக சி. மணியின் 'நடை'யில் வெளியிட முடிந்தது. இன்றும் தொடர்கிறது.*

**தற்போது எழுதிக்கொண்டிருக்கும் இலக்கியப் படைப்புகள்**

*இது வரையிலும் தமிழ் உள்ளிட்ட மொழிகளில் எழுதப் பட்டுள்ள நெடுங்கவிதைகளுக்கு மாறுதலாக, இனி வருகிற காலத்துக்குப் போகப்போகப் புலப்படுவதான ஒரு கவிதையைக் குறித்து சிந்தித்துவருகிறேன்.*

*சக கவிஞர்களுடன் தமிழ்க் கவிதைக்கு என்ன வகைத்தான சிறப்பைத் தரலாம் என்றும் சிந்திக்கிறேன்.*

**ஞானக்கூத்தன்**
**27.12.81**

# “புரியாமை என்பது கவிதைக் கலை தொடர்பானது”

(*சுபமங்களா* அக்டோபர் 1991 இதழில் வெளிவந்த பேட்டி. சந்திப்பு: ‘தமிழன்’)

❍

**பிரசுரமான முதல் கவிதை எது? அதன் பின்னணி என்ன?**

*கடவுள் விஷயமாக நான் எழுதிய கவிதைகள் உள்ளூர்ப் பெரியவர்களிடம் தெரியவந்தன. இதில் ஒன்று மூதேவியைப் பற்றியது. இதைப் படித்த நண்பரொருவர் மிகவும் வருத்தப்பட்டார், மூதேவியைப் பற்றியெல்லாம் எழுதாதே. இதற்குப் பரிகாரமாக பஜகோவிந்தத்தைத் தமிழில் எழுது என்றார். இந்த நூல் எனக்குக் கிடைக்கவில்லை. அதற்குள்ளாக மூதேவியைப் பற்றிய கவிதையையே வரியை மாற்றியமைத்துப் பரிகாரம் செய்தேன். என்னிடத்தில் அப்போது துர்க்கையைப் பற்றிக் கவிதைகள் இருந்தன. அவற்றில் ஐந்து கவிதை களைத் துண்டுப் பிரசுரமாக சிங்கப்பெருமாள் கோயில் நரசிம்மன் என்பவர் வெளியிட்டார். இவர் அரங்கநாதன் கோவிலில் பரிசாரகர். இதுதான் முதலில் பிரசுரமான கவிதை? பத்தாண்டு காலத்துக்குப் பத்திரிகைகள் எவையும் என் கவிதைகளைப் பிரசுரம் செய்யவில்லை. ஏனென்றும் தெரியவில்லை. 1960ஆம் ஆண்டு நான் ஞானக்கூத்தன் என்ற பெயரைச் சூட்டிக்கொண்டேன். வேறு பெயர்களிலும் எழுதி னேன். அவை என்னவென்றுகூட நினைவில்லை. எழுதியவை: ஜி. உமாபதி, பூவை எஸ். ஆறுமுகம் இவர்களைக் கொண்டு வெளிவந்த ‘உமா’வில் சில கவிதைகளும் மதுரையிலிருந்து வெளிவந்த*

'தமிழ்நாடு' என்ற பத்திரிகையின் வார மலரிலும் வெளியாயின. பல கவிதைகள் வெளியாகவில்லை என்பதால் கிழித்துப் போட்டு விட்டேன். 1960இலிருந்து 1968 வரை எழுதிய கவிதைகள் ஐநூறு இருக்கும். எஞ்சியவை நான்கைந்துகூட இராது. அதற்கும் பிரதி கிடையாது. அன்று தமிழக முதலமைச்சராக இருந்த காமராசருக்கு நான் எழுதிய சீட்டுக் கவிதை தமிழகத்திற்குத் தமிழ்நாடு பெயர் வைப்பு பற்றியது. நினைவில் உள்ளது. பிறகு 1968இல் சி. மணி நடத்திய 'நடை'யில் "பிரச்னை" கவிதை வெளியாயிற்று. இதைத்தான் பிரசுரமான என் முதல் கவிதையாகக் கருத வேண்டியிருக்கிறது,

**ஒரு கவிதை உங்களுக்குள் எப்படிக் கருக்கொள்கிறது? ஒரு சொல் தடுக்கிக் கவிதை பிறக்குமா?**

கவிதை என்பது அறிஞனின் மனதுக்கும் உலகத்துக்கும் ஏற்படும் தொடர்பை விழாவாகக் கொண்டாடுவது. இந்தத் தொடர்பு முன்னறிவிப்பு கொள்வதில்லை. உலகம் என்றால் அதில் காணப்படும் பொருள். இதில் மனிதனும் அடக்கம். இந்தத் தொடர்பின்போது பொருள் கூடுதலான பிரகாசம் கொள்வது போல் தெரிகிறது. இதனால் கவி மனசுக்கு உலகின் மீது பற்று கூடுதலாகிறது. இந்த உறவை உணரும்போது கவிதை மொழி வடிவத்திற்கு முந்துகிறது. இதை ஓரளவு ஆத்மீக நிலை என்றும் சொல்லத் தோன்றுகிறது. இந்தப் பரவசம் வாக்காகப் பரிமளிக்க வேண்டும். இங்கே வாக்கு என்பதை அதைச் சொல்ல வந்த செய்தியிலிருந்து வேறுபடுத்திக்கொள்ள வேண்டும். ஒரு கவிதையின் உதயத்துக்கும் அது மொழியில் எழுதப்படுவதற்கும் இடையில் கழியும் காலம் எவ்வாறென்று சொல்ல முடியாது. அனுபவத்தைக் கொண்டு பார்த்தால் கவிஞனின் மனது சதா கவிதைகளைக் கண்டுபிடித்துக்கொண்டுதான் இருக்கிறது. இந்த நிலையை 'போகசக்தி' நிலை என்று குறிப்பிடலாம். இதில் கவிஞன் தான் சுகித்த கவிதைகளை எழுத வேண்டுமென்ற கட்டாயம் ஏற்படவில்லை. இதற்கடுத்த நிலையில் கவிஞனுக்குக் கிரியா சக்தி ஒன்று ஏற்படுவதாக வைத்துக்கொள்வோம். இப்போது அவன் எழுதத் தொடங்குகிறான். இதற்கு ஆதாரமாக அமைவது அப்போது உதயமான கவிதை என்பது போல் தோன்றும். ஆனால் கவிதை வளர்ச்சி பெறப் பெற இதற்கு முன்னேயே அவனுக்கு உதயமாகி எழுதாமல் விட்ட கவிதைகளும் இடம்பெறத் தொடங்கும். எழுதப்படாத கவிதைகள் தூல உருவமாகிவிடுகின்றன. அதனால் ஒரு சொல், நீங்கள் சொல்வது போல, தடுக்கிக் கவிதையாகிவிடும். கவிதைக்குச் சொல்கூட இல்லை, எழுத்தே போதும். உண்மையில் எழுத்துக்கு முந்திய அனுபவ நிலையை நினைவூட்டக்கூடிய சூழ்நிலைகள் இருந்தால் போதும். உதாரணமாக, துணி துவைக்கிற சப்தம் கேட்கிறது.

இதில் துணி துவைத்தல் என்பது கவிதைக்கு எண்ணற்ற சாத்தியக்கூறுகளைக் கொண்டுவரும். சங்க காலப் புலவன் பரிசாக வாங்கிய வேட்டியிலிருந்து இராமாயணத்தில் வருகிற சலவைத் தொழிலாளியின் பேச்சிலிருந்து, ஆறு, நீர் நிலைகளிலிருந்து, "வெளுத்துக் கட்டினான்" என்பது பாராட்டுரையாக வழங்குவது முதலாக இது விரவும். முற்காலக் காஷ்மீரச் சைவர்களில் ஒரு பிரிவைச் சார்ந்த ஆச்சாரிய அபிநவ குப்தர் இதையெல்லாம் சிந்தித்திருப்பார் என்று சொல்லலாம்.

### கவிதைக்குப் பிரத்யேகச் சொற்கள் உண்டா?

பொருந்தாத சொற்கள், பொருந்தும் சொற்கள் என்று உண்டு. பொருந்தாத சொல்லை நீக்கிவிட்டுப் பார்த்தால் பொருந்தும் சொல் பிரத்யேகமாகத் தெரியும். குறியீட்டுக் கவிதைகள், உவமையைப் பொடியாக வைத்து எழுதப்படும் கவிதைகள், இவற்றில் கவிஞன் சொல்லைச் சிறப்பு நிலைக்குக் கொண்டு வருகிறான். கலித்தொகையில் 96ஆம் கலியைப் பாருங்கள். இதில் பரத்தையைத் தலைவி குதிரை "ஆக்கிப்" பேசுகிறாள். இதில் சொல்லைப் பிரத்யேகமாக்கும் முயற்சி தெரியும். ஆனால் சில கவிஞர்கள் சில சொற்களைக் கவிதைக்குரிய சொற்களாகக் கருதுகிறார்கள். இது ஒரு குழப்பம். பெரும்பாலும் இது பழைய சொற்களின்மீது, சம்ஸ்கிருதச் சொற்கள்மீது, அல்லது ஃபாஷனான கோட்பாடுகளின்மீது கொள்ளும் மோகத்தால் வருவதாகத் தெரிகிறது.

### தமிழில் இன்று கவிதைக்கும் கவிஞனுக்கும் அவமானகரமான சூழல் நிலவுகிறதா?

தமிழ்நாட்டில் இன்று இருக்கும் சூழ்நிலையில் இலக்கியக் கேள்விகளுக்கு இரண்டு பதில்கள் வெளிப்படும் என்று தோன்று கிறது. இந்தக் கேள்விக்கு 'இல்லை' என்று பதில் சொல்பவர்கள் தங்களால் பெற முடிந்த புத்தக விற்பனையையும் பரிசுகளையும் விருதுகளையும் காரணமாகக் காட்ட முடியும். இன்னொரு சாரார் இதே காரணங்களுக்காக அவமானமாக இருக்கிறது என்றும் சொல்லலாம். என்னைப் பொறுத்த வரை நான் மானம், அவமானம் பற்றிக் கவலைப்படவில்லை. ஏனென்றால் ஒரு கவிதைக்கு ஒவ்வொரு வாசகனும் தன் மனதையே புரட்டிக் காட்டுகிறான்.

### கவிதை செத்துவிட்டதாகப் பரவலாகச் சொல்கிறார்களே?

இப்படிச் சொல்பவர்கள் கவிதையின் வாசகர்கள் அல்ல. நாவல் எழுதுபவரும் ஒரு அரசியல் விமர்சகரும்தான். கவிதையின் வாசகர்கள் தனி. சிறுகதைகூடத் தேங்கிவிட்டது, நாவல் தேங்கி விட்டது என்றும் சொல்லலாம். ஹெமிங்வே, காஃப்கா, க.நா.சு.,

ஜானகிராமன் மாதிரி எழுத யார் இருக்கிறார்கள் இன்று என்றும் கேட்கலாம். தங்கத்தை எடை போட்டுத் தருவது போல் கவிஞன் மொழியைக் கைகொள்ளுகிறவன். நாவல்காரனோ எழுதிக்கொண்டே போவான்.

**தமிழ்ப் புதுக்கவிதை புரியாமல் போனதற்கும் தமிழ் மக்களிடமிருந்து அது அந்நியப்பட்டு நிற்பதற்கும் அதன் ஆரம்பக்காலக் கர்த்தாக்கள் தமிழரல்லாதார், மேலும் தமிழ்க் காதல் அல்லாதார் என்பதும் ஒரு காரணமாகக் கூறப்படுகிறதே?**

அண்மையில் ஒரு தமிழாசிரியர் தன்னுடைய கட்டுரைக்குத் 'தமிழன் கவிதையும் தமிழ்க் கவிதையும்' என்று தலைப்புக் கொடுத்திருந்தார். அதாவது தமிழ்க் கவிதையை யாரும் எழுதலாம், தமிழன் கவிதையைத் தமிழன்தான் எழுத வேண்டும். இரண்டு சாராரும் எழுதுகிறார்கள், என்ன துரதிர்ஷ்டம்! தமிழன் கவிதையைத் தமிழன்தானே எழுத வேண்டும்? தமிழன் அல்லாதவன் ஏன் எழுதுகிறான்? தமிழர் அல்லாதவர் தமிழில் கவிதை எழுதக்கூடாது என்று சொல்ல முடியாது. தமிழர் அல்லாதார் யார் என்று தெளிவாகக் கூறிவிடலாம். ஆனால் எழுத்தை வைத்துக்கொண்டு கூறுவது முடியாது. கவிதை எழுத வேண்டுமானால் அந்த மொழியில் கவிஞன் புலமை பெற்றிருந் தால் மட்டும் போதாது. அந்த மொழி அவனுக்கு உண்ணும் சோறும் பருகும் நீருமாக இருக்க வேண்டும். அவனுடைய கவிதையை அப்போதும் தமிழன் கவிதை அல்ல – தமிழில் எழுதப்படும் கவிதை என்று சொல்லக்கூடும். இதில் இனவாதமே முந்துகிறது. தமிழன் என்பவன் யாரென்ற கேள்விக்கு நான் போகவில்லை. தமிழர் அல்லாதவருக்குக் கவிதை எழுதத் தமிழ் எப்படிக் கருவியாகுமோ அப்படித்தான் தமிழருக்கும் தமிழ் கருவியாகும். இரண்டு பேருக்கும் தமிழ் ஒரு கருவிதான். கருவி ஒன்றானாலும் கருத்து வேறாகக் காணப்படுகிறது. கருத்து என்கிறபோது வரலாற்றுக் காலம் தொட்டுத் தமிழன் ஒரு பௌத்தனாகவோ, சமணனாகவோ, சைவனாகவோ, வைணவனாகவோ, பிற்காலத்தில் கிறிஸ்துவனாகவோ, முகமதியனாகவோ இருந்துவந்திருக்கிறான். இந்தச் சமயக் கருத்துக்களே அவனுக்கு வாழ்க்கையைத் தந்திருக்கின்றன. இவை மொழி கடந்தவை. ஆனால் தமிழன் தமிழனாக இருந்ததில்லை என்றும் சொல்லலாம்.

ஆரம்பக்காலப் புதுக்கவிதைக் கர்த்தாக்கள் தமிழரில்லை என்று சொன்னீர்கள். எனக்குத் தெரிந்தவரை ந. பிச்சமூர்த்தி ஒருவர்தான் தெலுங்கு பேசிய பிராமணர். ஆனால் பிராமணர்களே தமிழர்கள் இல்லை என்று ஒரு கருத்து கேள்விப்பட்டேன். இது எப்படி இருந்தாலும், பிராமணர்களாகட்டும், தமிழைத்

தாய்மொழியாகக் கொண்டிராத வேற்றுமொழிக்காரர்களாகட்டும், அவர்கள் தமிழர்கள் இல்லையென்றாலும் தமிழ்நாடர்கள் அல்லது தமிழ்வாணர்கள். அதாவது தமிழ்நாட்டில் நில உரிமை உள்ளவர்கள் அல்லது வாழ்கிறவர்கள். இவர்களில் என்னையும் சேர்த்துக்கொள்ளுங்கள். புதுக்கவிதையின் ஆரம்பக் கர்த்தாக்கள் தமிழில் தெளிவாக எழுதியவர்கள். அவர்களது கட்டுரைகள், சிறுகதைகள், நாவல்கள் இவைகளே சான்று. ஆனால் கவிதையில் மட்டும்தான் புரியாமை வருகிறது. இதனால் புரியாமை என்பது கவிதைக் கலை தொடர்பானது என்பதும் மொழிச் சார்பு காரணமல்ல என்பதும் தெளிவு. புரியாமை ஏன் வருகிறது? உரைநடைப் படைப்புக்கும் கவிதைப் படைப்புக்கும் புரிகிற நிலைமை வெவ்வேறானது. கவிதையில் வேறு வகையான புரிதல் நிலைகளை அறிமுகப்படுத்தினால் புரியாமல்போய்விடுகிறது. கவிதை தனது மொழியிலேயே பேசும்போது புரியாமல்போக நிறைய வாய்ப்பிருக்கிறது. இது தொடர்பாக சம்ஸ்கிருதத்தில் "வியாச கஷ்டம்" என்ற தொடர் உருவாகியிருக்கிறது.

**"எனக்கும் தமிழ்தான் மூச்சு / ஆனால் / பிறர் மேல் அதை விடமாட்டேன்," "தவளையின் கூச்சல் கேட்டுத் / தமிழ்க் கூச்சல் என்றான் கம்பன் / ஆயிரம் வருஷம் போச்சு / போயிற்றா தவளைக் கூச்சல்..." போன்ற உங்களின் பல கவிதைகளில் தமிழ் இன எதிர்ப்பு தென்படுவதாகச் சொல்லப்படுகிறதே?**

இதை நான் ஒப்புக்கொள்ள மாட்டேன். ஆனால் இப்படி ஒரு எண்ணம் சிலரிடம் இருப்பதாகத் தெரிகிறது. இதற்குக் காரணம், "பரிசில் வாழ்க்கை", "காலவழுவமைதி", "நாய்" என்ற என் கவிதைகளைச் சிலர் சுட்டிக்காட்டுகிறார்கள். இதில் கவிதையைப் புரிந்துகொள்வது தொடர்பான சில பிரச்சினைகள் உள்ளன. இவற்றைக் குறித்து விரிவாகப் போகாமல் என் சார்பாகவே பதில் சொல்கிறேன். கவிஞனுக்குக் கவிதைக்குரிய விஷயம் பலவாக இருக்கலாம். இதில் உயர்திணை, அஃறிணை என்ற வேற்றுமைகூடக் கிடையாது. ஒரு மேடைப் பேச்சாளியும் பாடப்படக்கூடிய பொருளாகிறான். தமிழ்க் கவிதையில் இவரை நான் அறிமுகப்படுத்தியிருக்கிறேன் என்றுகூடச் சொல்லமாட்டேன். கவிதையின் பரிமாணத்தில் தற்காலிகப் பொருட்சேர்க்கை ஒன்று நிகழும். அப்படிப்பட்ட ஒரு பொருட்சேர்க்கை ஒவ்வொரு கவிதைக்கு ஒவ்வொரு விதமாகக் கிடைக்கும். புரிந்த கவிதைகள் புரியாமல்போகும். புரியாத கவிதைகள் புரியத் தொடங்கும். இத்தகைய ஒரு தற்காலிகப் பொருட்சேர்க்கையில் இன எதிர்ப்பு என ஒன்று காட்டப்படுகிறது. இன்னும் பல ஆண்டுகள் கழித்துப் படித்தால் இது மாறிவிடும். சற்றுக் கூர்ந்து பார்த்தால் இனத்தின் கீழ்த்தட்டு

மக்கள் எழுச்சியுறுவதை இந்தக் கவிதை தெளிவாக்குவதைப் பார்க்கலாம். இந்தக் கவிதைகளைக் கொண்டு நான் திராவிட அல்லது தமிழின எதிர்ப்பு செய்கிறேன் என்று கருதுவது சரியல்ல. 'மஹ்ஹான் காந்தி மஹ்ஹான்', 'பிள்ளையார்', 'ஶ்ரீலஶ்ரீ' ஆகிய கவிதைகளைப் படியுங்கள், தெளிவாகும். எல்லாம் கவிதைக்குத் திரவியம்தான்.

**தலித் இலக்கியம் மாதிரி வன்னியர் வாழ்வு, பிள்ளைமார் வாழ்வை இலக்கியப்படுத்தலாமா?**

அவசியம். ஒவ்வொரு கவிஞனும் தான் பிறந்த வகுப்பைக் குறித்து, அதாவது அதன் வாழ்வு நிலைகளைக் குறித்து எழுத வேண்டும். இதற்குத் தயங்கக்கூடாது. இந்த வகுப்புவாத இலக்கியத்தால் பயனுண்டு. ஆனால் இது ஆபத்தானது என்பதை யும் அறிய வேண்டும். எப்பொழுது என்றால் பிற வகுப்பைக் குறைகூறும்போது. இப்பொழுதே இந்த வகை இலக்கியம் நாற்று விடத் தொடங்கிவிட்டது. இந்த இலக்கியங்களின் ஊடே மனிதனைப் பார்க்கமுடியும். மனிதநேயத்தை உணரமுடியும். கருமாதி செய்து நாற்பது ரூபாய் சம்பாதித்துப் பிழைப்பவனையும் மண் வெட்டி நாற்பது ரூபாய் சம்பாதித்துப் பிழைப்பவனையும் பார்க்கலாம், சமித்துப் பொறுக்கிகளையும் சாணிப் பொறுக்கிகளையும் சமமாகப் பார்க்கலாம். ஏனென்றால் கவிதைதான் மிஞ்சப்போகிறது. பழமலயின் கவிதை ஒன்றில் ஒரு பாத்திரம் துளசி தேடிப் போகிறது. அவர் வன்னியர் என்று தெரிகிறது. துளசி தேடும் அவரும் குரோட்டன்ஸ் தேடும் இவரும் நெக்குருகும் செய்திகள். அதே போல் இரா. நடராசனின் 'தொலைப்புச் செய்திகள்' படியுங்கள், மனம் பதைக்கிறது.

**பரிசும் கவிஞனும் பற்றி?**

கொடுப்பவர்களுக்கும் கொடுக்கப்பட்டவர்களுக்கும்தான் தெரியும்.

**ஓசையும் நவீனமும் எப்படி ஒத்துப்போகும்? விருத்தத்தின் அல்லது அகவலின் சப்தம் அபத்தம் இல்லையா? ('கடற்கரையில் சில மரங்கள்' தொகுப்பில் உள்ள 'வரிசையில் இருங்கள்' கவிதை) விஷயம் புதிதாகவும் சப்தம் இடைஞ்சலாகவும் இருப்பது நல்ல கவிதைக்கு அழகா?**

தமிழ்ச் செய்யுளில் ஓசை என்பது மக்களின் பேச்சிலிருந்து எடுத்து அமைக்கப்பட்டிருப்பதாக எனக்குப் படுகிறது. தமிழ்ச் செய்யுளின் அடிப்படைச் சுவடுகளைக் கொண்டு சாதாரணப் பேச்சே செய்யுளாக வடிவமைக்கப்பட்டிருக்கிறது. ஆனால் உரைநடையிலிருந்து மாறுபட்டிருக்கிறது. கவிதைக்கு நடை பிரத்யேகமானதாக இருக்க வேண்டும் என்று கருதுகிறேன்.

மேலும் கவிதை புராதனமான கலை. அதில் பழமையின் தடம் இருக்க வேண்டும் என்று விரும்புகிறேன். எனக்கு இயல்பாகவே பழமையின் முன் பணிவு, பயன்படாத பொருட்களை மீண்டும் பயனுக்குக் கொண்டுவருவது, ஒரு காலத்தில் பயன்பட்டதே என்ற எண்ணத்தில் அதை விட்டுவிடுவதில் தயக்கம், இப்படிப் பட்ட உணர்வுகள் உள்ளன. மேலும் கவிதைக்கு ஒரு சாத்திரம் வேண்டும். என் கவிதையில் விருத்தம், அகவல்பாவால் அபத்தம் ஏற்படுகிறது என்றால் பரவாயில்லை. மற்றவர்கள் இதைத் தவிர்த்துக்கொண்டுவிடுவார்கள். ஆனால் பாருங்கள், இதைத் தமிழாசிரியர்கள் கண்டுகொள்ளவில்லை.

**தமிழில் புதுக்கவிதையின் நிலை இன்று என்னவாக இருக்கிறது?**

கடந்த பத்தாண்டுகளில் புதுக்கவிதைக்கு ஒரு பாப்புலர் ஃபேஸ் கிடைத்தது. புதிய சராசரி அளவை அப்துல் ரகுமான், மேத்தா, வைரமுத்து போன்றவர்கள் ஏற்படுத்தியிருக்கிறார்கள். இந்த ஃபேஸ் அவர்களிடத்திலேயே அபேஸ். ஆனால் வழக்கம் போல் முதல் நெறிக் கவிதைகள் – மெயின்ஸ்ட்ரீம் – வந்துகொண் டிருக்கின்றன. ஜேடி, ரவி சுப்ரமணியன், நடராசன், பழநிபாரதி, பொன்னாண்டான், மனுஷ்யபுத்திரன், ஜனகப்பிரியா, சுமித்திரன் ... என்று நாற்பது ஐம்பது கவிஞர்கள் எழுதுகிறார்கள். இதில் எஸ். சண்முகம் ஒரு தனி வரவு. இவர்களைத் தவிர தேவதேவன், பிரதீபன், பிரேதா ஆகியோர் தாங்கள் இருப்பதைத் தெரிவிக்கிறார்கள்.

***சாவி, குமுதம், ஆனந்த விகடன்* போன்ற தமிழ்ப் பத்திரிகைகள் தமிழ்க் கவிதைக்குச் செய்ததுதான் என்ன?**

பெரிய பத்திரிகைகளை நிராகரித்துவிட்டுத்தான் கவிதை வளர வேண்டிய சூழ்நிலை ஏற்பட்டுவிட்டது. மணிக்கொடிக்கும் கல்கிக்கும் இருந்த பிணக்கின் தொடர்ச்சி உறுதியாகிவிட்டது. சிறு பத்திரிகைகளின் தோற்றத்துக்குக் க.நா.சு., சி.சு. செல்லப்பா போன்றவர்கள் காரணமாக இருந்ததால் புதுக்கவிதைக்கு இவை ஆதரவு தரவில்லை. பெரிய பத்திரிகைகளில் குமுதம் மட்டும் விதிவிலக்காகவே இருந்துவருகிறது. அறுபது, எழுபது, எண்பது என மூன்று பத்தாண்டுகளில் குமுதம் எப்போதாவது கரிசனம் காட்டத் தவறியதில்லை. ஆனால் விகடன், கல்கி, சாவி முதலிய பத்திரிகைகள் நிலைமை வேறு. புதுக்கவிதையில் தங்களுக்கு விருப்பமான பிரதிகள் அப்துல் ரகுமான், மேத்தா, வைரமுத்து ஆகியோரிடமிருந்து வரும் வரைக்கும் காத்திருந்தன.

**கவிதை விமர்சனம் இங்கு எவ்வாறு உள்ளது?**

கடந்த இரண்டாயிரம் ஆண்டு காலத்து வரலாற்றில் விமர்சனம் முன் எப்பொழுதையும்விட இந்த நூற்றாண்டில்

அதிகம் வளர்ந்திருக்கிறது. வ.வே.சு. ஐயர், ஆ. முத்துசிவன், டி.கே.சி. க.நா.சு., சி.சு. செல்லப்பா, கா. சிவத்தம்பி மற்றும் எழுபதுகளில் தொடங்கி இன்னும் பல பேர் ... உண்மையில் உரைநடை இலக்கியம் என்பது சிறுகதை, நாவல்கூட இல்லை, விமர்சனம்தான்.

**அசோகமித்திரன், சா. கந்தசாமி போன்றோரின் புத்தகங்களுக்கு எழுதிய முன்னுரைகளில், சில கட்டுரைகளில் நல்ல உரைநடைக்காரராகவும் விமர்சகராகவும் தெரிகிற நீங்கள் தொடர்ந்து செயல்படுவதில்லையே, ஏன்?**

விமர்சனம் என்பது இலக்கியத்தை மட்டும் சார்ந்தது அல்ல. இலக்கியத்தை அதன் தொழில்துறை அடிப்படையில் மட்டும் விமர்சித்தால் போதாது. இலக்கியம் மனதுக்குச் செல்லும் உணவு என்பதால் இலக்கியத்துக்கு வெளியிலிருந்தும் உபகரணங்கள் தேவைப்படுகின்றன. எதன் அடிப்படையில் விமர்சிக்கிறோம் என்று காட்டாமல் விளைவைச் சாதித்துக்கொள்ள வேண்டும். உதாரணமாக, வானொலியில் விவித்பாரதியில் ஒரு ஒலிபரப்பு, ஒரு பாட்டு, ஒரு பெண் குரல் "அங்கமெல்லாம் துள்ளி ஆடுது வி.ஜி.பி. கோல்டன் பீச்சிலே" என்று பாடுகிறது. இது அசிங்கமல்லவா? இதை ஆண் பாடுவதால் ஒரு பொருளும் பெண் பாடுவதால் ஒரு பொருளும் கிடைக்கிறதல்லவா? வி.ஜி.பி.க்கும் விவித் பாரதிக்கும் விமர்சன உணர்வு இல்லாதது ஏன் என்று கேட்க வேண்டும். அப்படியே தொலைக்காட்சியைப் பாருங்கள். "எத்தனை யுகங்கள், எங்கள் முகங்கள்" என்று ஒரு நிகழ்ச்சி. இதில் சில கூற்றுகளை நிராகரிக்க வேண்டும். இதனால் என்ன தோன்றுகிறது என்றால் விமர்சனத்திற்கு முன்பாகத் தணிக்கை வேண்டும். இது சாத்தியமல்ல. எப்படி விமர்சனம் செய்தால் சாத்தியமாகும்? தனி ஆசிரியர்களைப் பற்றிய விமர்சனத்தை விட்டுவிட்டுச் சில விஷயங்களை எடுத்துக்கொண்டேன். கணையாழியில் இக்கட்டுரைகள் வெளிவந்துள்ளன.

***கசடதபற, மையம், கவனம்* இன்று வரை *விருட்சம்* என நீங்கள் சார்ந்துள்ள இலக்கிய ஏடுகளில் ஒரு குழு சார்ந்த போக்கு நிலவுவது ஏன்? குழு மனப்பான்மை என்பது ஆரோக்கியமற்ற போக்கு இல்லையா? குழுவின் தலைவன் மடாதிபதியின் மனோநிலையைப் பிரதிபலிக்க வழிவகுக்குமே?**

ஒருவேளை வெளிப் பார்வைக்கு இப்படிப் படுகிறதோ என்னவோ. எனக்கு மடாதிபதி மனோநிலை இல்லை. பணம் இருந்தால் ஒழிய மடம் சாத்தியமில்லை. ஒரு புரோகிதனின் வைதீகக் கூலி அளவுக்குக்கூடக் கவிதை எனக்கு ஈட்டித் தரவில்லை. என் வயது காரணமாகக்கூட நான் மரியாதை பெறவில்லை. நான் ஒரு தனி நடைக்காரன். இதனால் சிலருக்குப் பழகுவதற்குக்

கஷ்டமாக இருக்கலாம். ஆனால் எல்லோருக்கும் தெரியும், நான் ஒரு ஏகாங்கி என்று.

**தொடக்கக் காலத்தில் நல்ல கவிதைகள் எழுதினீர்கள். 'அன்று வேறு கிழமை' தொகுப்பிற்குப் பிறகு உங்கள் கவிதை சலிப்பூட்டத் தொடங்கிவிட்டதே?**

இதற்கு நீங்கள் பின்தங்கிக்கொண்டிருக்கிறீர்கள் என்று பொருள். "ஒரு பிறந்த நாள்", "திருட்டுக் கொடுத்த வீடு", "அகத்தியர் அகவல்", இவற்றில் என் கவிதை புதிய பூமிகளைத் தொட்டிருக்கிறது.

**ஆத்திச்சூடி, கொன்றை வேந்தன் எல்லாம் கவிதையாகாது என்று சுந்தர ராமசாமி சொல்கிறாரே?**

அப்படியா? அவைகளும் கவிதைகள்தாம். கவிதையில் படைத்துக் கூறுவதும் கவிக் கூற்றும் ஏற்புடையவை. ஆத்திச்சூடி, கொன்றை வேந்தன் இரண்டும் தமிழின் புராதனக் கவிதை வடிவத்தை ஒட்டி எழுந்தவை. தொல்காப்பியம் யாப்புக்குக் கட்டுப்படாத "சொற்சீர் அடி" என்பதைப் பற்றிப் பேசுகிறது. இதுதான் புதுக்கவிதைக்கும் ஆதாரம். இதை அறிந்துகொள்வது அவசியம். முன்னமேயே கவிதையின் எல்லைக்குக் கொண்டு வரப்பட்டவற்றை விலக்கும்பொழுது ஜாக்கிரதையாக இருக்க வேண்டும். இது அவருக்கு இல்லை. விக்ரமாதித்யனின் பெரும் பாலான கவிதைகள் சொற்சீர் அமைப்பு கொண்டவை. அறிவுமதியின் 'மண்' தொகுப்பில் உள்ளவையும்கூட. இதற்கு சிவத்தம்பியின் முன்னுரை அற்புதமானது. இந்த மாதிரி விஷயங்களில் சு.ரா. சொல்வது சரியாக இருப்பதில்லை.

**ஐம்பது ஆண்டுகளாகியும் மக்களிடம் புதுக்கவிதை சென்று சேரவில்லையே, ஏன்?**

இரண்டாயிரம் வருடங்களாகியும் ஜனங்களிடம் சென்று சேராத இலக்கியங்கள் உள்ளன. புதுக்கவிதை இவ்வகையைச் சேர்ந்தது. ஜனங்களிடத்தில் செல்லும் பொருட்டு அது ஆக்கப்பட வில்லை. ஜனங்களுக்குப் பக்கத்தில் இருப்பவர்கள் முன்னமேயே அதை உறிஞ்சிக்கொண்டு போயிருக்கிறார்கள்.

**ஈழத் தமிழ்க் கவிதைக்கும் தமிழ்நாட்டுத் தமிழ்க் கவிதைக்கும் என்ன வேறுபாடு?**

ஈழத்தில் சென்னையின் முகம் மறைந்தால் என்ன மிஞ்சும்?

மஹாகவி என்பவரின் கவிதைகளையும் நுஃமான், இன்னும் இரண்டொருவர் கவிதைகளையும் படித்திருக்கிறேன். பொதுவாக

ஈழத்துக் கவிஞர்கள் புதுக்கவிதையை ஏற்கவில்லை என்று தோன்றுகிறது. சிக்கல்காலக் கவிதைகளை நிரந்தரம் அணுகுமா?

**நவீன கவிதையின் எதிர்காலம் கவலைக்குரியதாக இல்லை என்று கருதுகிறீர்களா?**

பெரிய இலக்கியத்தின் இலட்சணம் ஒரு காலத்தில் படிக்கப்பட்டு, பின்பு கைவிடப்பட்டு, மீண்டும் வருவது. இன்றைய கவிஞர்களின் கவிதைகள் பல மறக்கப்பட்டு எஞ்சியவை யிலிருந்து புதியது தோன்றும்.

**நவீன தமிழ்க் கவிதையில் பஞ்சம் பிழைக்கப் புறப்பட்டு ஆந்திராவில் எலக்ட்ரிக் கம்பம் நடக் குழி தோண்டும் தமிழனின் நகக்கண்ணின் வலி, கர்நாடகத்தின் மார்க்கெட்டில் மூட்டை தூக்கும், உதை வாங்கும் தமிழனின் துயர், அவலம் . . . மேலும் தமிழ் வாழ்வும் பண்பாடும் எதுவும் பதிவாகவில்லையே, ஏன்?**

கவிஞர்கள் ஜாதியற்ற சமுதாயம் என்ற மாயையில் தங்கள் சமூகத்தைத் தெரிவிக்க மறுக்கிறார்கள். இதனால் குணம் குறியற்ற மனிதனை உருவாக்குகிறார்கள். இல்லை யென்றால் கொத்தமங்கலம் சுப்புவாகவோ கொல்லங்குடி கருப்பாயியாகவோ மாறிவிடுகிறார்கள். இவர்களைத் திரைப்பட இசையமைப்பாளர்கள் அமுக்கிவிடுகிறார்கள். இதற்கு மாறாக, கவிஞர்கள் தங்களைச் சுற்றிய உலகத்தை, அதன் போக்கிரித்தனத்தை, அதன் சூழ்ச்சியைத் தைரியமாக எழுத வேண்டும். அப்படியே கவிஞன், தான் அடிப்படையில் இயற்கை ரசிகன் என்பதை நினைவில் கொள்ள வேண்டும்.

**அரசியல் கவிதைகள், புரட்சிக் கவிதைகள் பற்றி?**

கவிஞர்களுக்கு அரசியல் நன்றாகத் தெரிய வேண்டும். ஆனால் கட்சி அரசியல் அல்ல. கவிதை காட்டும் அரசியல், கவிஞனின் அரசியல் கட்சிக்குப் பயன்படக்கூடாது. புரட்சிக் கவிதை என்பது வன்முறைக்கு அழைப்பது அல்ல, மனித மனத்தின் அமைப்பை அது பிறழும் இடம் பார்த்துச் சரிசெய்வது.

**முப்பது வருடமாக எழுதிவருகிறீர்கள். இப்போது உங்கள் லௌகீகம் மற்றும் கவி வாழ்வு எப்படி இருக்கின்றன?**

என் மனைவி அரசு ஊழியர். அதனால் லௌகீக வாழ்க்கையில் ஒன்றும் சிரமம் இல்லை. நானும் ஓர் அரசு ஊழியன். இந்த வேலையை விட்டுவிடலாம் என்று முப்பது வருடமாக எண்ணிக்கொண்டுவருகிறேன். இதன் விளைவாக நான் பார்க்கும் வேலையில் ஒரு முன்னேற்றத்திற்கும் முயலவில்லை. ஊதியமும்

குறைவு. இதைக் கொண்டு வறுமை என்று எண்ணிவிடாதீர்கள். என் கவலை, இலக்கிய ஆவல்களுக்கு இது போதவில்லை. என்ன செய்வது? யாருக்குத்தான் போதும்? என் மனைவியும் இரண்டு மகன்களும் இலக்கியத்தில் ஈடுபாடுள்ளவர்கள். அவர்களோடு நான் இலக்கியத்தைச் சுவையாக விவாதிப்பேன். நிறைய படிக்கிறேன். எப்போதுமே படிப்பேன். கவிதை வாழ்க்கைக்கு எழுத வேண்டும் என்று அவசியமில்லை.

**ஞானக்கூத்தனின் சாதனையாக எதை நினைக்கிறீர்கள்? உங்கள் காலத்தில் நீங்கள் அறியப்பட்டிருக்கிறீர்களா?**

என்னுடைய சாதனை என்று சொல்லிக்கொள்ள விரும்பவில்லை. ஆனால் ஒரு விஷயம் மட்டும் சொல்ல வேண்டுமென்று தோன்றுகிறது. கவிதை சீரியஸான கலை என்பதையும், சொல்லப்பட்டதற்கும் அப்பாலும் விஷயம் இருக்கும் என்பதையும் நான் அழுத்தமாக வாசகர்களுக்கு நினைவூட்டியிருக்கிறேன். இரண்டாவது கேள்விக்கு "இல்லை" என்று சொல்ல நினைத்தாலும், நல்ல வாசகர்கள் இருப்பதை எண்ணும்போது, "ஆம்" என்று சொல்லவே வேண்டியிருக்கிறது. ஆனால் விளம்பர விஷயத்தில் நான் ஸ்கோர் பண்ணவே இல்லை.

**சினிமாவுக்குப் பாட்டெழுதும் சின்னச் சின்ன ஆசை இல்லையா?**

இல்லை. எனக்கு அதில் ஈடுபாடு இல்லை. சில சமயம் சினிமாப் பாடல்கள் கேட்பதற்கு அருவருப்பாக இருக்கின்றன. உதாரணமாக, கதாநாயகன் "நீ எனக்காக அழ வேண்டாம்" என்று பாடுகிறான். இதைக் கேட்கும் கதாநாயகி "லலலலலல" என்று பாடுகிறாள். இசை பாடல் வரியைக் கசாப்பு பண்ணுகிறது. இது காதல் காட்சியாம். பரிபாடலில் சொல்வது போல சினிமாப் பாடலில் அதிகமும் "மனவிரை நாறுகிறது". மேலும் கவிஞன் பாட்டெழுத மட்டுமல்ல, அவன் ஒரு நல்ல படத்தை இயக்க வல்லவன். கவிஞன் இயக்குநராக மலர வேண்டும். ஒரு முழுப் படத்தையும் அவன் ஆளுகைக்குட்படுத்த வேண்டும்.

**வளரும் கவிஞர்களுக்கான யோசனைகள்?**

இந்தப் பேட்டியின் பதில்களிலேயே புலப்பட்டிருக்கும். எதிர்மறையாகவும்கூட.

# “நகர்ப்புறம் சார்ந்த அரூபமான கவிதை வேண்டும்”

(*நவீன விருட்சம்* ஜூலை – டிசம்பர் 1998 இதழில் வெளியானது. சந்திப்பு: அழகியசிங்கர், ஷங்கர்ராமசுப்ரமணியன், தளவாய் சுந்தரம்)

**மரபுக் கவிதையிலிருந்து நவீன கவிதை எழுத ஆரம்பித்ததாய்க் கட்டுரையில் எழுதியிருக்கிறீர்கள். உங்கள் வெளிப்பாட்டுக்குப் புதுக்கவிதை வடிவம் எவ்வளவு அனுகூலங்களை வழங்கியது?**

மரபுக் கவிதைன்னா செய்யுளில் எழுதுகிற கவிதைதான்னு பொதுவா நாம நினைச்சிட்டிருக்கோம். மரபுங்கிறது பல நூற்றாண்டுகள் தொடர்ந்து வருகிற ஒரு விஷயம். செய்யுள் எழுதினா மட்டும் மரபாயிடாது. செய்யுள் இல்லாம எழுதினா புதுமையாயிடாது. நான் பிறந்த ஊரில் எனக்குக் கிடைத்த இலக்கியம் பக்தி இலக்கியம். ஆழ்வார்கள் பிரபந்தம் மற்றும் தேவார, திருவாசகங்கள். ஊரே ஒரு வைஷ்ணவ ஸ்தலம்ங்கிறதுனால பக்தி இலக்கியம்தான் எனக்கு அறிமுகம் ஆச்சு. கடவுள்மேல் நம்பிக்கையோடு பாட்டுப் பாடி ஸ்தோத்தரம் பண்ணினா அவர் வருவார்னு நான் நினைச்சேன். 16, 17 வயசுல அந்த நம்பிக்கைகள் பல காரணங்களால் தகர்ந்தன. அதற்கு முக்கியக் காரணம் நான் எழுதிவந்த கவிதைக்கும் பள்ளிக்கூடத்தில் படிச்ச வேர்ட்ஸ்வொர்த்தின் ‘டாஃபடில்ஸ்’ *(Daffodils)*, ஆலிவர் கோல்ட்ஸ்மித்தின் ‘த வில்லேஜ் ஸ்கூல்மாஸ்டர்’ *(The Village Schoolmaster)* போன்ற

கவிதைகளுக்கும் உள்ள வித்தியாசம் தெரியவந்தது. அப்ப தமிழ்நாட்டில் புதுக்கவிதை பிறக்கலை. பாரதியார் கவிதை சரியாக அறிமுகமாகலை. 1954இல்தான் பாரதியாரின் முழுக் கவிதைத் தொகுதியே கிடைக்கிறது. மாணவர்களுக்கெல்லாம் படிக்க பாரதியார் கவிதை கிடையாது, பாரதிதாசன் கவிதை யும் கிடையாது. எனக்குக் கிடைத்தது பள்ளிக்கூடத்தில சொல்லிக்கொடுத்ததுதான். கடவுளைப் பாடினா வருவார்ங்கிற நம்பிக்கை விலக விலக நான் பள்ளிக்கூடத்தில் படித்த மாதிரி கவிதை எழுத ஆசைப்பட்டேன். என் ஊர் தஞ்சை என்பதால், காவேரிப் படுகைகள், பெரிய சோலைகளையெல்லாம் எழுத ஆரம்பித்தபோது நவீன கவிதைக்கு வந்துட்டேன்.

**முதலில் நீங்க மரபுக் கவிதைகள்தான் எழுதியிருக்கீங்க. அந்தச் சமயத்தில் ம.பொ.சி. மற்றும் தனித்தமிழ் இயக்கத்தோடு உங்களுக்குத் தொடர்பு இருந்தது... அதற்குப் பிறகு புதுக்கவிஞர்களின்,** *எழுத்து* **காலத்துப் புதுக்கவிஞர்களின் அறிமுகம் ஏற்பட்ட பிறகுதான் புதுக்கவிதை எழுதியதாகச் சொல்லப்படுகிறது.**

அப்படின்னு அவங்க சொல்லியிருக்காங்க. இரண்டு விதமான போக்கு இருக்கு. ஒண்ணு, ஆத்திகர் வளர்த்த தமிழ். இன்னொண்ணு, நாத்திகர் வளர்த்த தமிழ். மறைமலை அடிகள் மாதிரி ஆத்திகர்கள் சொன்னதை நாத்திகர்களும் அரசியல்வாதி களும் எடுத்துக்கொண்டார்கள். நான் பிரிவினைக்கு எதிரானவன். திராவிட இயக்கத்தோட சமுதாயக் கோட்பாடு பற்றி எவ்வித ஆட்சேபணையும் எனக்குக் கிடையாது. ஆனால் நாடு பிரிவினை பற்றி நான் ஏத்துக்கலை. மாநிலங்கள் சுயாட்சியோட இருக்கணும், தமிழ் ஆட்சி மொழியாய் இருக்கணும், மாநிலத்துக்குத் தமிழ்நாடுன்னு பெயர் வைக்கணும்ங்கிறது ம.பொ.சி.யோட இயக்கமா இருந்தது. ஆழ்வார்கள், நாயன்மார்களிடமிருந்து விடுபடுவதற்கு அப்போதைய இயக்கம் காரணமா இருந்தது. அதனால் அதனுடன் ஈடுபாடு இருந்தது. என்னோட 'லாறி' கவிதையைப் பார்த்தீங்கன்னா நைனாச்சாரியாரைப் பத்தி எழுதியிருப்பேன். உள்ளூர் ஜனங்களை வைத்து எழுதுகையில் என் கவிதையின் நிலைமை மாறிவிட்டது. நான் எழுத ஆரம்பிக்கையில் பாரதிதாசனின் கவிதை முன்னணியில் இருந்தது. நாமக்கல் கவிஞர், தேசிய விநாயகம் பிள்ளை முதலியவர்கள் பெரிய கவிஞர்கள். நான் எழுத நினைத்த கவிதைகளுக்கு இவர்கள் கவிதைகள் ஒத்துவரலை. அதனால வேற விதமான கவிதைகள் வேணும்னு தோணித்து. ஏற்கனவே இருக்கிற செய்யுள் வடிவம் நான் சொல்றதுக்கு இடம் தரமாட்டேங்கிறது. ஒரு பாட்டுன்னா சரியா நாலு வரிதான் எழுதணும். எனக்கு மூணு போதும்.

ஏன் 2 1/2இலேயே நிக்கக்கூடாதுன்னும் கேக்க ஆரம்பிச்சேன். இரண்டு அடியில், இரண்டரை அடியில் விருத்தம்னா யாரும் ஒத்துக்கமாட்டாங்க. அதனால் மாற்றமா எழுதிட்டுவந்ததை யாரும் வெளியிடலை. துர்க்கையைப் பற்றிய ஸ்தோத்திரம்தான் முதலில் வெளியானது. அப்புறம் 1957இல் தினமணி கதிரில் ஒரு சிறுகதை, 1980இல்தான் அடுத்த கதை எழுதுகிறேன். எல்லோரும் சங்க இலக்கியம் எழுதியாச்சு, பக்தி இலக்கியம் எழுதியாச்சு, பாரதியார் எழுதிட்டார், பாரதிதாசன் எழுதிட்டார். இனிமே எழுதுவதுக்கு ஒண்ணுமில்லைன்னு பாரதிதாசனைச் சார்ந்த புலவர்களெல்லாம் சொன்னாங்க. எனக்கு அந்தக் கருத்தில் உடன்பாடில்லை. பாரதியார், பாரதிதாசன் சாயல் இல்லாம எழுதணும்னு நினைச்சேன்.

**அப்ப ஒரு தேக்கம் ஏற்பட்டதா உணர்ந்தீங்களா?**

ஆமாம். தேங்கிப்போச்சு, சுவையற்றதாப் போச்சுன்னு தோணித்து. அறிவின் சுவை இல்லாமப் போயிடுத்துன்னு தோணித்து.

**புதுக்கவிதையின் பிரச்சினையாக ஆரம்பத்திலும் இப்போதும் எதை நினைக்கிறீங்க?**

அது தனிமனிதனோட பிரச்சினையாக இருந்தது. யாரோடயும் ஒட்ட முடியலே. தெருவில இருக்கிறவங்களோடயும் ஒட்ட முடியலே. என்னோட வயசுப் பிள்ளைகளுடனும் ஒட்ட முடியலை. அறிவு நிலை கூடுதலாக இருந்ததால சக இளைஞர் களோட விளையாட முடியலை. குடும்பத்திலேயும் ஒட்ட முடியலை.

**இந்தக் காலகட்டத்தில் கடவுள் துணையை உணர்ந்தீங்களா?**

துணையே இல்லை. கடவுளை விட்டுட்டேன். பதிலா நிறைய சாமியார்களோட தொடர்பு கிடைத்தது. அவங்க கிட்ட இந்த உடம்பு எப்படி இயங்குது, அதுக்குள்ளே என்ன இருக்குன்னு பேசிக்கிட்டிருப்பேன். அதன்மூலம் எனக்குச் சில அனுபவங்கள் கிடைச்சுது. கடவுள்களை விட்டுட்டாலும் அவற்றோட எனக்கு எதிர்ப்பும் கிடையாது, நட்பும் கிடையாது.

**நாத்திகனாகவும் ஆகலை.**

ஆகலை. முடியவும் முடியாது. இன்னைக்கும் கோயிலுக்குப் போனா உடம்பு சிலிர்க்கறது, கண்ணீர் வர்றது, பேச முடியலே. கடவுளிடமிருந்து விலகிப்போயிருக்கேனே தவிர, தொடர்பு முற்றும் அறுந்துபோனதா உணர முடியலை.

**உங்க கவிதை இயக்கத்தின் மையமா எதை நினைக்கிறீங்க?**

முதலில் சொன்னதுபோல பக்தி மரபு, ஆழ்வார், நாயன்மார் இவங்களை எதிர்க்கறவங்க, தனித்தனி மனிதர்கள், அவர்களோட பண்பாடு இவைகளோட தொடர்புகொண்டிருந்ததனால பல குரல்களாகத்தான் கவிதைகளை எழுதினேன். முதலில் என்னோட குரலை சுத்தமா ஒழிச்சுட்டேன். 'நான்'ங்கற சொல்லைப் பயன்படுத்த எனக்கு ரொம்பத் தயக்கம். 'நான்'ங்கிறது ஒரு கட்டுமானமே தவிர அது உண்மையல்ல. காலத்தின் அடிப்படையில், மனத்தின் அடிப்படையில், பல்வேறு நிகழ்வுகளைத் தொடர்புபடுத்துகிற, ஒரு வசதியான சொல்தான் 'நான்' என்பது. அதனால அது வேண்டியதில்லைன்னு நினைச்சேன். என்னோட கவிதைகளில் நாடகப் பாத்திரங்கள் மாதிரி வெவ்வேறு ஆட்கள் எழுதுகிறார்கள். 'தணல்'ங்கிற கவிதையில் ஒரு பிராமணப் பெண் பேசுவாள், 'காலவழுவமைதி'ங்கிற கவிதையில் ஒரு மேடைப் பேச்சாளன் பேசுவான். இதனால் இந்த உலகத்தை முழுமையாப் பாக்கிறதுக்கு வாய்ப்பு இருந்தது. இந்தப் பயிற்சியோட நான் சென்னைக்கு வந்தேன். சென்னையில் என் படைப்புகளை வெளியிட முடியலை. 1959 ஜனவரியில் சி.சு. செல்லப்பா 'எழுத்து' ஆரம்பிக்கிறார். நான் ஜூனில் சென்னை வந்தேன்.

**வெவ்வேறு குரல்களைப் பதிவு பண்றேன்னு சொல்றீங்க. அதில் உங்களோட வியாக்கியானமும் இருக்கத்தானே செய்யும்?**

நிச்சயமா இருக்கும். அண்மையில் லலித் கலா அகாதெமி கூட்டத்தில் 'நாய்' என்கிற என் கவிதை தொடர்பா ஒரு பிரச்சினை எழுந்தது. அந்தக் கவிதையில் 'நான்' கிடையாது, எனக்கு உத்தேசம் இல்லைன்னு சொல்றேன். ஒரு கவிதைக்குப் பொருள் வாசகன் கொண்டுவருவது. வாசகனுக்குப் பலவித அனுபவங்கள் இருக்கு. கவிஞன் ஒரு சட்டத்தைக் கொடுக்கிறான். சொற்கள் மூலமா, வாக்கியங்கள் மூலமா. அதைப் படிக்கும்போது வாசக மனத்தில் உள்ள அனுபவங்கள் அதில் தெறிக்கின்றன. அதிலிருந்து அவன் சிலதைப் படிக்கிறான். அதன்மூலம் அவன் அர்த்தத்தைக் கண்டுபிடிக்கிறான். வாசகனுக்குக் கிடைக்கிற அர்த்தத்தைப் படைப்பாளிமீது ஏற்றக்கூடாது. நான் கவிதை எழுதும்போது என்னென்ன அர்த்தங்கள் கொடுக்க நினைக்கிறேனோ அதில் நூறில் ஒரு பங்கைக்கூட என் கவிதை கொடுக்கிறதில்லை. அதனால் என் கவிதை கொடுக்கிற அர்த்தத்துக்குப் பின்னாடி 99 அர்த்தங் களை மறைக்க வேண்டியுள்ளது. இது தர்மசங்கடமான காரியம். உதாரணத்துக்கு என் சின்ன வயசில் நான் கத்துண்ட பாடம். படிச்சுத் தெரிஞ்சுக்கிட்டது இல்ல. "வீதிதோறும் மாடஞ் சிறக்க"ன்னு புலவர் ஒருத்தர் எழுதிட்டுப் போனாராம். ஒவ்வொரு தெருவிலேயும் அஞ்சு மாடு செத்துப்போக அப்படின்னு பொருள்படுதுன்னு படித்தவர்கள் சொல்ல,

‘வீடுதோறும் மாடக்கூடம் சிறக்க’ என்று மாற்றி எழுதினாராம். அதனால, சொல்கிறதை விபரீதமா அர்த்தங்கொள்றதுக்கு வாய்ப்பு இருக்கிறதனால சொல்லை வரையறுத்து, பொருளை வரையறுத்து அதுக்குக் கீழே 99 அர்த்தங்களை வைக்கணும். கவிதைங்கிறது வெறும் சொற்கூட்டம்தான். அர்த்தம் வாசகன் புரிந்துகொள்வது. நானும் ஒரு நிலையில் வாசகன்தான்.

**பரிச்சய உலகத்தைக் காட்டிப் பரிச்சயமில்லாத ஒரு பகுதிக்கு வாசகனை அழைக்குது மொழி. உங்க கவிதைல பரிச்சயமான உலகின் மதிப்பீடுகளும் இயங்குது. ஏன்?**

சொந்த வாழ்க்கையில் சில அனுபவங்களைக் கவிதையில் கொண்டுவருவேன். என் சொந்த அனுபவம் தெரியக்கூடாதுன்னு ரொம்ப ஜாக்கிரதையா இருப்பேன். உங்களால எந்தக் காலத்தில யும் கண்டுபிடிக்க முடியாது. பரிச்சயமில்லாத ஒரு உலகத்தைச் சொல்றதுன்னா, உதாரணத்துக்கு இந்த டம்ளர் இருக்கு. கிருஷாங்கினிகூட வாணலி பத்தி ஒரு கவிதை எழுதியிருக்காங்க.

உடமைப் பொருள்னு என்னோட இந்த டம்ளர் சேர்ந்து இருக்கு. உங்க மூணு பேருக்கும் அது கிடையாது. அதுக்கும் எனக்கும் உள்ள உறவும் சேர்த்துதான் உருவம் அமையுது. எதையோ சொல்லும்போது எனக்கும் அதுக்குமான உறவைத்தான் நான் சொல்றேன். பாத்திரம் என்பது மறைந்துபோகுது. மனசு ஒரு பொருளைப் பார்த்தவுடனே இரண்டு காரியம் செய்யுது. முதலில் அமைதி. அமைதியில் ஒலி கிடையாது. பிறகு சொல் ஏற்படுது. பல விஷயங்களை, விளக்கங்களை எல்லாம் சேர்த்த பிறகுதான் சொல்வதைப் பூர்த்திசெய்ய முடியும். டம்ளரைப் பத்திக் கவிதை எழுதுறதுன்னா ரொம்பக் கஷ்டம். அவ்வளவு விஷயம் சேகரிக்கணும். ‘காக்கை’ என்கிற கவிதையில் கரண்டியைப் பத்தி எழுதுறதுக்கு நான் அந்தக் காக்காவையெல்லாம் கொண்டுவர வேண்டியிருக்கு.

**காலம், தத்துவம் இவற்றோடு கவிதைக்கான உறவு என்ன?**

காலம், வெளி, இவற்றைப் பற்றிய பிரக்ஞை நமக்கு ரொம்ப அவசியமானது. உதாரணத்துக்குத் தமிழ்ங்கிற சொல்லை எடுத்துக்கலாம். த–ன்னு சொல்றதுக்கு முன்னே காலமற்ற, தேசமற்ற ஒரு நிலைமை இருக்கு. தமிழ்னு சொல்லணும்னு எண்ணம் ஏற்பட்டவுடனேயே காலமும் வெளியும் உருவாகிறதுக்கு முன்னேற்பாடு பண்ணிக் குடுத்திடறது. த என்ற எழுத்து சொன்னவுடன் ஒரு இடைவெளி, மி முடிந்தவுடன் ஒரு இடைவெளி, ழ் முடிந்தவுடன் ஒரு இடைவெளி, இதுக்கு நடுவில்தான் த, மி, ழ் மூன்றும் சேர்ந்து பொருள் தருது. *Spacial, temporal*

இருந்தாத்தான் நாம ஒரு பொருளையே பார்க்கமுடியும். இந்த ஸ்டூலும் டம்ளரும் வித்தியாசப்படறதுனாலதான், உங்களுக்கும் எனக்கும் வித்தியாசம் இருக்கிறதாலதான், நாம எல்லோரும் சேர்ந்து உலகத்தோட வித்தியாசப்படறதாலதான், உலகமே பிரபஞ்சத்தோட வித்தியாசப்படறதாலதான் பார்க்க முடியுது. முழுப் பிரபஞ்சத்தோடயும் நான் வேறுபட்டிருக்கிறதாலதான் நானே இருக்க முடியுது. பிரபஞ்சம் தான் வேறா இருக்கிறதுக்கு என்னை வேறா வைத்திருக்கு. இதை நல்ல கவிஞனால உணர முடியும். தன் கவிதைக்குள்ள ஒரு புது வெளியையும் புதுக் காலத்தையும் கவிஞன் சிருஷ்டிக்கிறான்.

**கவிதையை அகவயமானது, புறவயமானதுன்னு பிரிப்பது பற்றி?**

பஸ் ஏறப்போறீங்க. பஸ் கிடைக்கலை. நம்மளப் பார்த்துட்டும் நிறுத்தாம போயிடறான். இது உங்க தனிப்பட்ட அனுபவம். அதனால ட்ரான்ஸ்போர்ட் பத்தி ஒரு அபிப்பிராயத்துக்கு வர்றீங்க. உங்களுக்குக் கிடைக்கற அனுபவத்தை எழுதும்போது அது இத மாதிரி வேற யாராவது இருக்காங்களான்னு தேடிட்டுப் போகும். இன்னொரு மனத்தை சந்திக்கும்போது அந்தக் கவிதை பரிமாறப்பட்டுடுது.

**கவிதை எழுதும்போது முன்தீர்மானம் இருக்குதா?**

எழுதப்போறோம்ங்கிறதைத் தவிர கவிதை எப்படி இருக்கணும்ங்கறதைப் பத்தி ஒரு தீர்மானமும் இல்லை. உங்க மனத்தில் அனுபவங்கள் இருந்துட்டே இருக்கு. பிறந்த நாளிலேருந்து, பிறக்கறதுக்கு முந்தின, காலங்காலமா உள்ள மனித ஜாதியின் அனுபவமும் இருக்கு. அதனாலதான் குழந்தை பிறந்த உடனேயே பார்க்க முடியுது. கொஞ்ச நாள் ஆனா பேச முடியுது. புலன்களால அறிய முடியுது. யாரும் சொல்லிக்கொடுக்காமலே ஒரு கட்டத்தில எழுந்து நின்னுடுது. இது எங்கிருந்து வருது? இது உங்களுக்குள்ளேயே பதிவாயிடறது. கவிதையை ஆரம்பிச்சதுக்கு அப்புறம் புற உலகம் *close* ஆயிடறது. ஜன்னலை மூடிட்டு உள்ள திரும்பும்போது உள்ள என்னென்னமோ நடக்குது. அதுல்லாம் கவிதைல வெளிப்பட முயலுது. முதலில் சொன்ன மாதிரி நூத்துல ஒண்ணு வர முடியுது. பல்லாயிரக்கணக்கான அனுபவங்களின் தொகுதி அது. உதாரணத்துக்கு அனுமான் இலங்கை மேல் பறக்கறான். அதைக் கம்பன் ஒரு இடத்தில் வானத்தில் விட்ட பட்டம் போல் இருந்ததா சொல்றான். பட்டம் விடுவது கம்பனின் சிறுவயது ஞாபகமா இருக்கலாம். அது அனுமாரைப் பாடறபோது வெளிப்படுது. அனுபவம்ங்கறது தீர்மானமில்லாமலே எழுதுற நேரத்தில் தாவி வந்துடுது.

**நான்ங்கிறது கிடையாதுன்னீங்க. எழுதும்போது எப்படி அது இயங்குது?**

கவிதை ஒரு பிரக்ஞையை இன்னொரு பிரக்ஞையோடு தொடர்புபடுத்துது. அனுபவ தீட்சைகளை வைத்துப் பயணம் செய்கையில் அங்கங்கே பிடித்துக்கொள்ள மற்றொரு மனம் கிடைக்குது. நான்ங்கறது ஒரு பிரக்ஞைதான். சந்திரமௌலி என்கிற பெயர் உங்க ஆகிருதியோடது. கவிஞனுக்கு அது கிடையாது. கவிஞன் தனிமனிதன் கிடையாது. அவனுக்கு உடம்பு கிடையாது. மூக்குக் கண்ணாடி அவசியமில்லை. உருவம் வெறும் பிரக்ஞையே தவிர உடம்பில்லை. நாம பேசிட்டிருக்கோம். இந்த டேப் பதிவு பண்ணிக்கிட்டே இருக்கு. இதுபோல எப்பப் பாத்தாலும் கவிஞனின் பிரக்ஞை எதையோ பதிவு பண்ணிட்டே இருக்கு. யாருக்கு செய்திகள் அனுப்பப்படுதுன்னு தெரியாது. பதிவு பண்ணுகிற தளம் மட்டும்தான் கவிதை. யார் அதைக் கேக்கறாங்கன்னு தெரியாது. ஏன்னா எந்தக் குறிப்பிட்ட கால வாசகனுக்கும் கவிதை இல்லை.

**தமிழ்க் கவிதை இயக்கத்தை முழுமையாத்தான் நீங்க அணுகுறீங்க. சங்கக் கவிதை, நவீனக் கவிதை இரண்டையும் தொடர்புபடுத்தித் தொடர்ச்சியா பேசிட்டுவர்றீங்க. ஒவ்வொரு காலத்துலயும் கவிதைகளுக்குப் பிரத்தியேகமான பிரச்சினைகள் இருந்ததா, நவீன கவிதைகளிலும் இருக்குதா?**

கவிதைங்கிறது அப்படியேதான் இருந்துட்டிருக்கு. கால–வெளிங்கறதும் அப்படியேதான் இருந்துட்டிருக்கு. புதுசு புதுசா செய்திகள் ஒவ்வொரு காலத்திலயும் நமக்கு சேர்ந்துட்டே இருக்கு. 20ஆம் நூற்றாண்டுலயும் சில புதிய செய்திகள் சேர்ந்திருக்கு. அது நம் கவிதைகள்ல வெளிப்படும். திருமங்கையாழ்வார் பாடின திருவல்லிக்கேணியும் இன்றைக்கு உள்ள திருவல்லிக்கேணியும் ஒண்ணா இல்ல.

**நவீனமயமாதல், தகவல் தொழில்நுட்பம் ஆகியவை மனித உறவுக்குள் வெறுமையைத் தோற்றுவித்திருக்கின்றன. இந்த வெறுமை இலக்கியத்திலும் பதிவு செய்யப்பட்டுக்கொண்டிருக்கிறது. இது இப்போதுள்ள சூழல்தானா?**

எப்போதுமே இருக்கு. ஏன்னா மனிதன் அடிப்படையா அறிந்திருப்பது தனிமையை. அதனால ஏற்படுற காலியிடத்தை எதனாலும் போட்டு நிரப்ப முடியலை. பெண் நிரப்புவான்னு சொல்லி அவகிட்ட ஓடுறான். நிரம்பலை. பெண் நினைக்கிறா, ஆண்தான் நிரப்புவான்னு. அவளுக்கும் அது நிரம்பலை. குடும்பத்தைப் போட்டும் நிரப்ப முடியல. தேசம், மொழி, இலக்கியம் எதனாலயும் அவனோட வெறுமை நிரம்பலை.

குறுந்தொகைல நெல் வயலிட்ட கரும்பு போலன்னு வருது. நெல் வயலைத் தாயென்றும் பரத்தையைக் கரும்பாகவும் ஒப்பிடறா. அரிசி சாப்பிட்டு ஆயுள் முழுதும் இருக்கலாம். கரும்பு சாப்பிட்டு இருக்க முடியுமாங்கிறது அவளோட வாதம். ஆனா உள்ள விஷயம் என்னன்னா கரும்பு அப்பத்தான் அறிமுகமாயிருக்குது. பரிசோதனைக்காக அங்கங்க நட்டுப் பாத்திருக்காங்க. இத அவ சொல்றா. நமக்குக் கிடைச்சிருக்கற சங்கக் கவிதையே நவீன கவிதைதான். இடைச்சங்கம், தலைச்சங்கம் வீழ்ந்து அந்த மரபு பயன்படாம போய் பின்னாடி வந்த முயற்சிதான் கடைச்சங்க காலக் கவிதை. பழைய மரபின் க்ஷீணமும் புதிய மரபின் வருகையும் தெரியுது. ஒருவன் தன் வெறுமையால் பரத்தை வீட்டுக்குப் போறான். எதுவுமே வாழ்க்கைக்கு நிறைவு தரலை. மோட்சம்னு சொல்றோம். நீங்க அதை நம்பணுமே தவிர கிடைக்குமான்னு தெரியாது.

எப்போதுமே கலைஞர்களுக்குத் தாம் இருக்கிறோமா இல்லையான்னு சந்தேகமா இருக்கு. எக்சிஸ்டென்ஷியலிசம்னா நீங்க இருக்கிறீங்க, தன்னால வருகிற பிரச்சினை, நமக்கு என்னன்னா நான் இருக்கிறேனா என்பதே ஒரு பிரச்சினை. மில்லியன் வருட காலத்தில் நம்ம வாழ்க்கை பொருட்படுத்தும்படி ஆனதில்லை. நமக்கு மட்டும் நம்ம வாழ்வு தெரியும். இதில் நாம் இருக்கறதா நினைக்கறோம், எல்லாம் பண்றோம். இந்த முழுக் காலத்தில நாம இருக்கிறோம்ங்கறதே உண்மையில்ல. தீர்க்க முடியாத சூன்யத்துல நாமெல்லாம் வெறும் தக்கைகள்தானா. பல சமயத்தில உடம்புங்கறது வெறும் கூடுன்னு உணர முடியுது. பல சமயம் ஜனங்க, அவங்க நடவடிக்கையெல்லாம் பார்க்கையில் அவங்க *empty*ன்னு தோணுது. ஆனா ஒரு க்ஷணத்தில் ஒருத்தரைத் தொடும்போது அது மாறிடறது. கூட்டத்தில் ஒரு ஆளை ஒரு தட்டு தட்டுங்க. திடீர்னு எல்லாம் மாறிடறது.

**தமிழ்க் கவிதை உலகத் தரத்தில் இருக்கிறதா நீங்களும் சுகுமாரனும் நடத்திய உரையாடல்ல முடிவுக்கு வர்றீங்க. தமது காலத்தின் சிக்கலை இப்போதைய கவிதைகள் எதிர்கொண்டிருப்பதா நினைக்கிறீங்களா?**

அழகியல்ங்கற வார்த்தையைப் பயன்படுத்துவதில் ஒரு சங்கடம். நம்ம பாரம்பரியத்துல அழகியல்னு ஒண்ணு கிடையாது. கலைங்கறதுதான் கவிஞனோடது. அவன் செய்ற கலையின் மூலமா வாசகனுக்குக் கிடைக்கக்கூடியது அழகியல் அனுபவம். ஒரு கவிதையைப் படிக்கும்போது பிடிக்கலாம், பிடிக்காமல் போகலாம். என்னோட கவிதை பிடிக்கலைன்னா, என்னோட பேர் தாங்கிக் கவிதை வந்தா வேணாம்னு விட்டுரலாம். இவர் ஆபாசமா, விரசமா எழுதுவார்னு நீங்க நினைச்சீங்கன்னு

வச்சுக்குங்க. உங்களுக்கு விரசம் தேவைன்னா தொடர்ந்து படிப்பீங்க. இல்லைன்னா விட்டுருவீங்க. ஏற்பியல்ங்கற ஒண்ணுதான் தொன்றுதொட்டு இருந்துட்டுருக்கு.

கவிதைங்கறது சமஸ்கிருத வார்த்தை. செய்யுள்ங்கறதுதான் தமிழ் வார்த்தை. செய்யுள், கவிதை ரெண்டும் ஒண்ணுதான். ஆனா கவிதைன்னா வேற, அது உயிருள்ளது, ஆத்மா உள்ளது, செய்யுள்ங்கறது ஜீவன் இல்லாதது, ஒழிக்கப்பட வேண்டியது அப்படிங்கிற மாதிரி ஒரு கருத்தை உருவாக்கி வெச்சுருக்கோம். அது சரியில்லை. செய்யுள்ங்கறது செய்ங்கிற வார்த்தைலருந்து உண்டாச்சு. கவிதைங்கறது ஒரு செய்கை. செய்கைன்னா நீங்க நற்செய்கைதான் செஞ்சாகணும். கெட்ட காரியங்களைக் கவிஞன்கிட்ட எதிர்பார்க்கக்கூடாது. அந்தக் காலத்துப் புலவர்கள், கவிஞர்கள் சொல்றாங்க. அறிவுடையவர்களின் செய்கை கவிதை. அறிவாளிகளின் செய்கை என்பதால் அது சமூகத்திற்கு நன்மை செய்வதாகவே இருக்க வேண்டும் அப்படின்னு ஒரு ஏற்பு நமக்கு உருவாச்சு. படைப்பு, சிருஷ்டிங்கறது அப்ப ஏற்படலை. சமஸ்கிருதத்தில்தான் படைப்பு பத்தித் தெளிவான கருத்துகள் சொல்லியிருக்காங்க. பாரதியார் வரைக்கும் நற்செய்கைதான் கவிதைங்கற கருத்து இருந்தது. ஒருத்தனோட செய்கை நற்செய்கையா தீச்செய்கையா என்பது பத்தி எனக்குக் கவலை கிடையாது. ஒரு காரியத்தை நான் செய்றதுக்கு என் சமூகமோ வேறு ஒன்றோ நிர்ப்பந்திக்குது. அந்த நிர்ப்பந்தத்துல நான் காரியம் செய்றேன். நல்லதா கெட்டதா என அக்கறைப்பட எனக்கு இயலலை. ஏன்னா என்னோட கவிதை மேல எனக்குக் கட்டுப்பாடு கிடையாது. பல கவிஞர்கள்கிட்ட அவங்க கவிதை மேல கட்டுப்பாடு இருக்கிறதா தெரியல. அதுவரைக்கும் இருந்த ஏற்பியல் எல்லாம் மாறுது. 70க்குப் பின்னால இன்னிக்கு வரைக்கும் எழுதின எல்லா பெரிய, சின்ன கவிஞர்களும் இதைப் பிரதிபலிச்சிருக்காங்க.

**தமிழ்க் கவிஞர்களோட பாதிப்பு உங்களிடம் உண்டா?**

யாருடைய பாதிப்பும் என்கிட்ட கிடையாது. முழுக்க செய்யுளை விட்டுட்டு எழுதற கவிதைகள் எனக்குப் பிடிக்கும். அதனால க.நா.சு.வையும் நகுலனையும் முக்கியமான கவிஞர்களா நான் நினைக்கறேன். புதுமைப்பித்தன், சிவராமு போல இலக்கணம் தெரியாம இலக்கணம் தெரிஞ்ச மாதிரி பாவனை பண்றது இவங்கள்ட்ட கிடையாது. சிவராமு 'கைப்பிடியளவு கட'லில் இலக்கணக் குறிப்புன்னு ஒண்ணு எழுதிருப்பார். அது தப்பு. யாப்பு வேணாம்னு சொல்லிட்டு யாப்பு பத்தி ஏன் பேசறீங்கன்றது என்னோட வாதம்.

கு.ப. ராஜகோபாலன் புதுக்கவிதையில் எல்லாத் தளைகளும் உண்டுன்னு எழுதறாரு. தி.சோ. வேணுகோபாலன் விவாதிக்கத் தகுந்த கவிஞரே கிடையாது. பசுவய்யாகிட்ட உரைநடையாசிரியனோட ஆளுமைதான் அதிகமா இருக்கு. திடீர்னு ஒரு வசீகரமான காட்சியக் கொடுப்பார். எதிர்பாராத கருத்து ஒண்ணு கிடைக்கும். 'ஆளில்லாத லெவல் கிராஸிங்' கவிதை ரொம்ப ஈர்க்கக்கூடியதா இருக்கு. என்ன நடக்குதுன்னு பார்த்தோம்னா ஒண்ணும் கிடையாது. அவரோட கவிதைகள்ல சமீபத்துல படிக்கையில் கட்டுரை தொனிதான் இருக்கு. கவிஞனை அடையாளம் காண முடியல. சிறுகதையாளராக மதிக்க முடிஞ்ச அளவு கவிஞரா மதிப்பிட முடியல. பிச்சமூர்த்தி பத்தின புத்தகத்தை ஒரு கவிஞன் இன்னொரு கவிஞனைப் பத்தி எழுதினதா என்னால பார்க்க முடியல. பழைய இலக்கியம் அதிகம் பயின்று சுவையனுபவம் அமைந்த ஒருவனுக்கு சமகாலத்து நடை பிடிக்காது. பிடிக்கணும்னா மொழியே வேற மாதிரி இருக்கணும். அப்படிப்பட்ட நடையைக் கொடுக்கறவங்கள்ல கருத்து வேற்றுமைகளைப் பாராட்டாம நான் மதிப்பவர் சுந்தர ராமசாமி, அசோகமித்திரன், சா. கந்தசாமி, இன்னும் சில பேரைச் சொல்லலாம்.

**தொன்மத்தை நோக்கி ந. முத்துசாமி, அப்புறம் ஜெயமோகன், கோணங்கி போன்றவர்களோட சிறுகதைகள் திரும்பியிருக்கு. கவிதைகள்லயும் இது மாதிரி சாத்தியங்கள் இருக்கா?**

மரபு எதிர்ப்புன்னு ஒரு காலத்தில் சொல்லிட்டு மரபுக்குப் போகவேண்டிய அவசியம் எப்படி வந்ததுன்னு தெரியலே. மரபுங்கறது எதிர்க்கக்கூடியதில்லை. அது உங்ககிட்டேயும் ஒவ்வொருவரின் மனதிலும் எல்லா செயல்லேயும் இருக்கு. இலக்கிய மரபுன்னு ஒண்ணு இருக்கு. அது பள்ளியிலிருந்து சொல்லித் தரப்படுது. மீறுதல்ங்கற பொய்யை 'எழுத்து' கவிஞர்கள் பிரச்சாரமா ஆரம்பிச்சாங்க. நான் பழசை விடமுடியாது. உங்களோட இருப்பு எப்படி பெற்றோரோட, முன்னோரோட தொடர்ச்சியோ, கவிதையும் முன்னால இருந்ததோட, வரப்போறதோட தொடர்ச்சிதான். மரபுப் பிசாசை வெளிக் கொண்டுவர்றேன்னு சிலர் என்னை எதிர்த்தாங்க.

**நகர் சார்ந்த வாழ்க்கை, மதிப்பீடுகள் இந்த மரபு எதிர்ப்புக்கு அடிப்படையா இருந்ததா?**

அவங்களுக்கு வகுப்பு சம்பந்தமான, மொழி சம்பந்தமான பிரக்ஞை கிடையாது. 60களில் இந்திப் போராட்டம், தமிழ்நாடு பெயர்வைப்புப் போராட்டம்னு ஆயிரம் நடந்துச்சு. அதிலல்லாம் இவங்க யாரும் பங்கு கொண்டவங்க இல்ல. அதப் பத்தி ஒரு

செய்திகூட தெரிஞ்சிருக்குமான்னு சந்தேகம். தெரிஞ்சிருந்தா தமாஷா நினைச்சிருப்பாங்க. அவங்க தங்களைப் பத்தி மட்டுமே கவனிக்கறாங்க. பர்சனலா தெரியும்ங்கறதால இதச் சொல்ல முடியும். கிராமத்திலருந்து சென்னை வந்ததால நகரைப் பத்தி எனக்கு ஒரு பார்வை இருந்தது. இதுக்கும் என் ஊருக்கும் உள்ள வித்தியாசம் தெரியும். இறங்கி 2 ஃபர்லாங் போனா வயல்ல நிக்கிறவன் நான். வீட்டுக்குள்ளயே டாய்லெட் இங்கல்லாம். அமைப்பு வேற. அதை என்னால உணர முடிஞ்சிருக்கு. 'எனக்குக் கொஞ்சம் சோற்றைப் போடேன்' கவிதைல வர்றவனோட குளியலறைக்குக் கதவு கிடையாது. இது மெட்ராஸ்லதான் நடக்கும். குளியலறைங்கறது நகரத்தில் தனி உலகமாயிடுது. மனிதனுக்குத் திறந்தவெளில குளிக்கிறது ஆரோக்கியமா இருந்தது. கதவு மூடினவுடனே பயத்துல உள்ளே உள்ள சுதந்திரத்துல பாட ஆரம்பிக்கிறான். யாருமே சீக்கிரம் திரும்பி வர்றதில்ல. இதுதான் எதிர்காலத்துல முழுமையா பரவப்போகுது. இந்தப் பிரக்ஞை 'எழுத்து'க்காரங்களுக்குக் கிடையாது. அவங்களுக்கு யாப்பு கூடாதுங்கறதுதான் ஒரே பிரச்சினை. அதையும் உறுதியா சொல்ல முடியலை. பிச்சமூர்த்தி, சிட்டி இவங்கள்லாம் யாப்புல எழுதிட்டிருந்தாங்க. 'மெரினா'ன்னு பரிபாடல் மாதிரி சி.சு. செல்லப்பா எழுதிருக்கார். சங்க இலக்கியத்தைத்தான் ஆதரிக்கிறேன்னு சொன்னேனே ஒழிய, சங்க கால மனித வாழ்க்கையை அல்ல. அந்த சகிக்கமுடியாத வாழ்க்கையை இப்ப வாழமுடியுமா என்ன? அதெல்லாம் தேவையில்லாதது. அநாவசியப் பிரச்சினை.

**'அசடு' நாவலை விமர்சனம் செய்யும்போது, பிராமணர்களில் எந்த வகையினர் ஓட்டல் தொழிலுக்குப் போகிறார்கள் என்பதை எழுதியிருக்கிறீர்கள். இது நாவலை அணுகும் சரியான முறைதான்னு நினைக்கிறீங்களா?**

ஆமாம். அதுவும் ஒரு முறை. நாவலில் கணேசன் அசடுங்கிற பேரில் அறிமுகப்படுத்தப்படுறான். ஆனால் அவன் அசடா? அவனுக்கு ஒரு தொழில் தெரியும். சமையல் தொழிலில் வெற்றிகரமாக அவனால் இருந்திருக்க முடியும். மத்தவங்களோட சாமர்த்தியம் இல்லாததுனால அவன் அசடு. கல்வியறிவற்ற வரையும் கை கால் விளங்காதவங்களையும் பொறுப்பெடுத்துக்க வேண்டிய கடமை ஒவ்வொரு சமூகத்துக்கும், ஒவ்வொரு குடும்பத்துக்கும் இருக்கு. கணேசன்ங்கறவன் எப்படி வாழ முடியாம போகிறான் என்பதைப் பத்தி நாவல் சொல்லுது. புரசையில் ஸ்பெயின்லேர்ந்து சில பேர் வந்திருந்தாங்க. எதிர்வீட்டுப் பையன் மனநிலை சரியில்லாதவன். சின்ன

வயசுலேர்ந்து அப்படி இருக்கான். நாங்க பார்க்கும்போது 18 வயது இருக்கும். ஸ்பெயினிலிருந்து வந்தவர் கேட்டார், ‘வீட்டிலயா வெச்சு வளர்க்கிறாங்க?’ எனக்கு அந்தக் கேள்வி ஆச்சரியமா இருந்தது. அவன் அந்தக் குடும்பத்தின் ஒரு உறுப்பினன். அந்த நாட்டில் அவங்கள்லாம் வீட்ல வச்சுக்க மாட்டாங்க. விடுதி எங்கயாவது கொண்டுபோய் விட்டுருவாங்க. எனக்குத் தெரிஞ்ச ஒரு கிழவியின் பையன் அமெரிக்காவில் இருக்கான். மாசம் சாப்பாட்டுக்கு 2, 3 ஆயிரம் அனுப்பத் தயார். ஆனா வேண்டாம்னு சொல்லிட்டுக் கோவில் வாசல்ல பெரிய கோலம் போட்டு அதில் கிடைக்கிற சாதத்தை மதியமும் இரவும் சாப்பிட்டு ஒரு வீட்டுத் திண்ணையில் படுத்துத் தூங்கிக்கொண்டு அங்கேயே இறந்துபோனாங்க. அவங்க பெரிய லட்சாதிபதின்னு யாருக்குமே தெரியாது. அவங்களைப் பாதுகாக்கிற பொறுப்பை அந்த சமூகம் ஏத்துக்குது. ஒரு தொழிலை சமூகம் அவங்களுக்காக ஒதுக்கும். சமையல் பண்றது, பரிமாறுவது ... படிப்பு வரலே, ஓட்டல்ல பரிமாறப் போனான்னு சொல்வாங்க. டிகிரி வாங்கிட்டு அந்த வேலைக்குப் போறான். ‘பி.ஏ. படிப்பு பெஞ்சு துடைக்கத்தான், காலேஜ் படிப்பு காபி ஆத்தத்தான்’னு அந்தக் காலத்துல சினிமா பாட்டுண்டு. படிப்பறிவில்லாதவனுக்கு ஒதுக்கப்பட்ட தொழில்ல பாவிகள் படிச்சவனும் போயிட்டா படிப்பறிவில்லாதவங்க, கை கால் விளங்காதவங்க, மனநிலை குன்றியவங்க இருப்பாங்க, அவங்களுக்கு நாம என்ன பொறுப்பு பண்றோம்? ஒரு வீட்லயோ ஊர்லயோ பாதுகாக்கிறோம். அந்த மாதிரியான சமுதாயம் நாவலில் வெளிப்பட்டிருக்கு. குறிப்பா ஐயர், ஐயங்கார் வகுப்புகள்ல இப்படி இருக்கறவங்களை மொள்ள மொள்ளத் தயார் பண்ணிடுவாங்க. எது வராம போனாலும் சமையல் வர்றதுக்கு ஒரு வாய்ப்பிருக்கு. இதில் இன்னொரு தொழில் சவுண்டி சாப்பிடறது, பாடை கட்டறது, முடையறது, இதத் தவிர ஒண்ணும் தெரியாது. மூங்கில் குச்சி கொண்டுவருவான். சுலபமாக செஞ்சுட்டு நிப்பான். கலயத்துக்குக் காசு குடுப்பாங்க. பாக்கிகூட வாங்கத் தெரியாது. கலயத்தில நெருப்பு மூட்டுவான். அது எரியவே எரியாது. ‘டேய் முண்டம், நல்லா ஊதுறா’ அப்படின்னு இவர் சொல்லணும். விசிறினாத்தான் தீப்பிடிக்கும்னு தெரியாம ஊதிட்டே இருப்பான். அவனுக்கும் பத்து ரூபா குடுத்து அவன் வாழ்க்கைக்கும் சமூகம் ஏதோ பண்ணுது. பிராமணர் சமூகத்தில அதுக்கு ஏற்பாடு இருக்கு. பல பேருக்கு பயம், எங்கே சமையல்காரன் ஆயிடுவோமோன்னு. இதுல சுவாரஸ்யம் என்னன்னா சினிமா நடிகனாயிடணும்னு சமையல்காரங்க ஆசைப்படுவாங்க. இன்னைக்கும் அப்படித்தான் இருக்குன்னு சொல்றாங்க.

**உங்களுக்குள் ஒரு கவிதை உருவாகி, தொடர்ந்து எழுதும் செயல்பாடு எப்படி நிகழ்கிறது? அப்பொழுது இருக்கும் மனநிலையை எப்படி உணர்கிறீர்கள்?**

ஒரு மாறுதலான உணர்வு முதல்ல தெரியுது. முதல் கவிதை எழுதும்போது இருந்த மனநிலைகூட ஞாபகம் இருக்கு. திடீர்னு உடம்பு பூரா ஒரு பரபரப்பு. உடனே ஒரு வார்த்தை உதயமாகுது. வார்த்தை உதயமானவுடனே ஒரு கருத்து உருவாகுது. வாக்கியத் தன்மையில அதிலருந்து என்ன சொல்லப்போறேன்னு ஒரு தெளிவு கிடைக்குது. ஒரு கவிதை எழுதணும்னு உட்கார்ந்ததும் கவிதை எழுத முடியும். அதுக்கு மனசை அந்தத் தளத்துக்குக் கொண்டுபோகணும். தொடர்ந்து எழுதும்போது சும்மா சும்மா அந்தப் பிசாசைக் கூப்பிடறதுனாலே கூப்பிடாத நேரத்திலயும் அந்தப் பிசாசு வர ஆரம்பிச்சுடும். சும்மாதானே இருக்கே, வரவான்னு அதுவா கேக்கும். அது ஒரு பௌதீகமான உடல் உணர்வுதான். அதைத் தொடர்ந்து கவிதை வருது. முதல்ல ஒரு காட்சி அல்லது சொற்கள் திட்டமா தெரிஞ்சுடும். சில பேர் இது கிடைச்சவுடனேயே எழுதிடறாங்க.

ஒரு பழத்தை எடுத்தீங்கன்னா காம்பு இருக்கு. ஒரு முட்டைய எடுத்தீங்கன்னா எல்லா பக்கமும் அதில் ஒண்ணா இருக்கு. பழத்தில் காம்பில்தான் தொடக்கம் இருக்கும். கவிதையிலும் எங்கயோ தொடக்கம் இருப்பதா எனக்குத் தோணுது. எங்கே நிறுத்தலாம்னு தெரியும்வரை நான் விடுறதில்லை. அதைக் கண்டுபிடிச்சவுடனேயே எழுதிடறேன்.

**உங்களுக்குப் பிடித்த எழுத்தாளர்கள் . . .**

சின்ன வயதிலேயே முற்றிப்போன கவிஞனாயிட்டதால என்னை யாரும் பாதிக்கலை. என்னுடைய கவித்துவத்தை மாற்றுவதற்கு வேர்ட்ஸ்வொர்த், கோல்ட்ஸ்மித் உதவியிருக் கிறார்கள். பாப்லோ நெருடாவை எனக்கு ரொம்பப் பிடிக்கும். ஆனால் நான் அவரைத் தொடர்வதில்லை. பிடிச்ச கவிஞர்கள் நிறைய பேர் இருக்காங்க. ஆலன் கின்ஸ்பர்க் எனக்கு ரொம்பப் பிடிக்கும். அவர் மாதிரி என்னால் எழுத முடியும்னு நிறைய பேர் சொன்னாங்க. எனக்குச் சுலபமான விஷயம் அது. அதனால அதை விட்டுட்டேன். தமிழ்ல யாரையும் கவிஞர்களாகப் பிடிக்காது. பிடிக்குதுன்னு நான் சொல்லணும்னா படிச்சு உருகணும்.

**அநேகமா ஒரு கவிஞனை இன்னொரு கவிஞன் ஒப்புக்கிறதில்லை.**

உலகம் பூராவும் எந்தக் கவிஞனும் இன்னொரு கவிஞனைப் படிப்பதில்லை. ஏத்துக்கறதும் இல்லை. காரணம், எது கவிதைங்கறது யாருக்கும் தெரியாது. இவர் கவிதை எழுதறதால

தனக்குதான் கவிதை தெரியும்னு நம்புறார். வாசகர்கள் பொருட்படுத்தத் தகுந்த அளவுல இருக்கையில இது யதார்த்தமான விஷயம்தான். பாலகுமாரன் ஏன்யா என் நாவல் படிக்கலைன்னு சுஜாதாட்ட சண்டைக்குப் போறதில்ல. இங்கே கவிஞர்களே சக கவிஞர்களோட கவிதைகளைப் படிக்க வேண்டியிருக்கறதால நீ ஏன் படிக்கலேன்னு சண்டைக்குப் போறான்.

**ரசித்த கவிதைகளை எழுதின கவிஞர்கள்னு . . .**

நிறைய கவிதைகளை வெளியிட்டும் இருக்கிறேன், படிக்கவும் செய்றேன். இன்னைக்கு ஒரு கவிஞரைப் பிடிக்குதுன்னு சொல்லிட்டேன்னு வெச்சுக்குங்க. நாளைக்கு அந்தக் கருத்து மாறிடலாம். அதனால பயமா இருக்கு. கம்பராமாயணத்தை நாலு தடவை படிச்சிருக்கேன். சங்கக் கவிதையை ரெண்டு தடவை படிச்சிருக்கேன். ஒவ்வொரு தடவையும் கருத்துகள் மாறிட்டேதான் வருது.

இப்ப எழுதிட்டு வர்றவங்க கவிதையையும் தொடர்ச்சியாத் தான் பார்க்கறேன். கவிதைங்கறது படித்தவர்களோட கலை. கல்வியறிவுதான் கவிஞனை உருவாக்கும். 60, 70கள்ல நகர்ப்புறத்திலிருந்துதான் கவிதை தொடங்கிச்சு. பிறகு கிராமப்புறங்களுக்குப் படிப்பு போய்ச் சேர்ந்த பின் கிராமங்களி லிருந்து கவிஞர்கள் வர ஆரம்பிச்சிருக்காங்க. இப்ப இரண்டும் சந்தித்துக் கலக்கிற முனையில் நாம இருக்கோம். இதுலருந்து ஒரு கவிதை எழுதணும்னு தனிப்பட்ட முறைல நினைக்கறேன். கிராமப்புறம்ங்கிறது கூடாதுன்னு தோணறது. முழுக்க நகர்ப்புற அரூபமான கவிதை நமக்கு வேணும். பிரதேச அடையாளமில்லாத ஒரு கவிதை வரணும். அது சாத்தியமும்கூட.

**வேற்றுமொழிக் கவிதைகளோட தற்போதைய நிலை என்ன?**

ஆங்கிலம், ஜெர்மன், பிரெஞ்ச் ஆகிய மொழிகளில் நம்மை மாதிரி அவங்க ஏற்கனவே எழுதி முடிச்சிட்டாங்க. எழுதுறதுக்குப் புதுசா செய்திகள் இல்லாத நிலை இருக்கு. மூன்றாம் உலக நாடுகள்ல சமூக ரீதியான பிரச்சினைகள் இருக்கு. அங்குள்ள பிரச்சினைகள் கவிதையாகும்போது வளர்ந்த நாடுகளோட வாசகர்களுக்குப் புரியாம இருக்கு. ஜன்னல் வழியாக ஒன்றை எறிந்தேன்னு நான் எழுதறேன். அங்க அது சாத்தியமே இல்ல. பூனையைக் குறவன் பிடித்தான்னு எழுதுனா, குறவன் யாரு என்பதைப் புரியவைக்கணும். என்னோட ஆசை என்னன்னா 'என்னோட வாழ்வியலை அடிக்குறிப்பு போட்டாவது நீ தெரிஞ் சுக்க'ங்கிறதுதான். அவங்களோட கவிதையும் கிராமப்புறத்தை நோக்கிப் போயிக்கிட்டிருக்கு. என்னோட 'தலையணை'ங்கற

கவிதையை பிரான்சில் படிச்சேன். எல்லாருக்கும் பிடிச்சிருந்துது. பிரத்யேகமா இல்லாம பொதுவா இந்தக் கவிதை இருக்கறதால எல்லாரையும் தொடர்பு கொள்ளுது. அதைத்தான் அரூபம்னு சொல்றேன். மரபு பேசற இயக்கம், மரபை எதிர்க்கிற இயக்கம், தலித் இயக்கம்னு மூணு வகை இலக்கியங்கள் முரண்பாடுகளோட இந்தியாவில் செயல்பட்டுவருது. தலித்துகள் எங்கேயும் நிம்மதியில்லாம இருக்காங்க. பண்டிதர்கள் முழுக்க இதுலருந்து விலகிட்டாங்க. தலித் அறிவியக்கத்துக்கு நவீன இலக்கியத்தோட தொடர்பு நீடிச்சுவருது.

**உங்களோட இயக்கம் தமிழ்க் கவிதைக்கு என்ன விதமான பங்களிப்பைச் செய்திருக்குன்னு நினைக்கிறீங்க?**

தெரியாது. என்னால ஏத்துக்கொள்ளக்கூடிய கவிதைகள் வந்துக்கிட்டிருக்கும்போது அதுல என் பங்களிப்பு இருக்கிறதாத் தானே அர்த்தம். 70க்குப் பிறகு பரந்த அளவுல உருவம் போன்ற விஷயங்கள்ல என்னோட கவிதைக்காகச் செய்திருக்கேன். அது பரவலா ஏற்கப்பட்டிருக்குங்கிற பிரமையைக் கொடுக்குது.

**உங்களோட காவிய முயற்சி பத்திச் சொல்ல முடியுமா?**

சொல்லிட்டா எழுத முடியாது. தெளிவில்லாம இருக்கு. தெளிவின்மையை வெச்சுத்தான் உள்ள போறேன். உச்சரிப்பின் ஆழத்தைக் கவிதைக்குள் செலுத்தணும். ஒருத்தன் அவன் பாட்டியைப் பார்க்கப்போறான். அவனுக்கு நாப்பது வயசு. கிழவிக்கு 25 வயசு. இது மட்டும்தான் இப்போதைக்கு இருக்கு.

**இளைய தலைமுறைல உங்களை வசீகரிக்கும் கவிஞர்கள் யார்?**

மகுடேஸ்வரன் கவிதைகள் பிடித்தமானதா இருக்கு. மனுஷ்யபுத்திரன் ‘கணையாழி’ல எழுதுன சமீபத்திய கவிதை எனக்குப் பிடிச்சிருந்தது. கஷ்டமான விஷயத்தை நேர்த்தியா பண்ணிருக்கார். மகுடேஸ்வரனையும் மனுஷ்யபுத்திரனையும் படிக்கும்போது மனுஷ்யபுத்திரன் கவிதைகள் சுவாரஸ்யமா இருக்கு. ஆனா ரத்தத்துடிப்பு மகுடேஸ்வரன் கிட்டத்தான் இருக்கு. இவங்களைத் தவிர இன்னும் 20 கவிஞர்களை நான் குறிப்பிட முடியும்.

# “ஒரு கவிஞனுக்கு அடையாளம் அவன் கவிஞன் என்பதுதான்”

(*குமுதம் தீராநதி*யின் மார்ச் 2007 இதழில் வெளிவந்த நேர்காணல்; சந்திப்பு: கடற்கரய்)

○

**ஈழத்தில் நடக்கும் இனப் படுகொலைகளுக்கு எதிராகச் சமீபத்தில் கனிமொழி தலைமையில் நடந்த உண்ணாவிரதப் போராட்டத்தில் கலந்துகொண்டீர்கள். இது என்ன திடீர்ப் பிரவேசம்? ஈழப் பிரச்சினை குறித்து உங்கள் நிலைப்பாடு என்ன?**

அந்த உண்ணாவிரதப் போராட்டத்தில் நான் கலந்துகொண்டது திடீர்ப் பிரவேசமெல்லாம் கிடையாது. 1983இல் அந்தப் படுகொலை தீவிரமாகத் தெரியவந்த சமயத்தில் அப்போதே அதைக் கண்டித்துத் ‘தெற்கில் கேட்கும் பறை’[1] என்று ஒரு கவிதை எழுதினேன். அதனால், அதில் எனக்கு முன்னதாகவே ஈடுபாடு உண்டு. தமிழ்நாடு, தமிழ் மொழி என்று வரும் விஷயத்தில் எல்லாம் எனக்கு எப்போதும் ஓர் ஈடுபாடு உண்டு. அதனால் அந்தப் படுகொலை நோக்கமானது என்று கண்டித்தோம். நம் நாட்டில் திராவிட நாடு, தமிழ்நாடு பிரிவினையெல்லாம் இருந்தபோது, அதனால் ஏற்படக்கூடிய விளைவுகள் எல்லாம்

---

1. *மையம்* அக்டோபர் – டிசம்பர் 1983 இதழில் வந்த கவிதை (பார்க்க: பக்க எண் 93)

தீமையாக இருக்கும் என்று தெரிந்து, தமிழ்நாடு சுயாட்சி உடைய ஒரு நாடாக இருக்க வேண்டும் என்று 1950களில் குரல் கொடுத்த இயக்கங்களில் நான் பங்கு கொண்டிருக்கிறேன். அந்த முறையில் தமிழ் ஈழம் என்பது இலங்கையின் அமைப்புக்குள் ஒரு சுதந்திரம் உள்ள பகுதியாக இருக்க வேண்டும் என்பது என்னுடைய விருப்பம். அது நடைபெறாமல் மேலும் மேலும் படுகொலைகள் நடந்தபோது, அந்தக் குறிப்பிட்ட தேதியில் அது தீவிரம் அடைந்தபோது, ஈழப் பகுதிகளுக்கு உணவுப் போக்குவரத்தெல்லாம் தடைபட்டபோது, அதற்கு என்னுடைய குரலாக இருக்க வேண்டும் என்பதற்காக அதில் நான் கலந்துகொண்டேன். அது எழுத்தாளர்கள் கலந்துகொள்கின்ற கூட்டம் என்று சொன்னார்கள். ஆனால் அங்கு பெரிய எழுத்தாளர்கள் யாரும் வரவில்லை. வைரமுத்துவும் வீரமணியும் வந்தனர். அது பற்றி நான் பொருட்படுத்தவும் இல்லை. இருந்தாலும் என்னுடைய ஒரு பங்கு. அதில் நான் சம்பந்தப்பட்டிருக்கிறேன். எனக்கு அந்த உணர்வு இருக்கிறது. என்னுடைய மனம் அதனால் பாதிக்கப்படுகிறது. அதைத் தெரிவிப்பதற்காக அதில் நான் கலந்துகொண்டேன்.

நாம் எப்படி இந்தியாவில் பல மொழிகள் பேசிக்கொண்டு ஒற்றுமையாக இருக்கிறோமோ, அதுபோல இலங்கைக்குள் தமிழர்கள் தங்களுடைய முழு உரிமையைக் கொண்ட அமைப்பாக இயங்க வழிசெய்ய இலங்கை அரசு முன்வர வேண்டும். அவரவர் உரிமைகளைத் தமிழர்களும் சிங்களர்களும் முஸ்லிம்களும் சேர்ந்து பகிரும் ஒரு அமைப்பாக இருக்க வேண்டுமே தவிரத் தனி ஈழம் என்பதில் எனக்கு உடன்பாடில்லை. இந்த மூவரும் சேர்ந்து கூட்டமைப்பான ஆட்சியை அங்கே அமைப்பது அவசியம். அதுபோல இந்தப் படுகொலைகள் சம்பந்தமாகத் தமிழ் மக்கள் பக்கமாகத்தான் நாம் பார்த்துக்கொண்டு இருக்கிறோம். சிங்களர்களுடைய பக்கமும் நாம் பார்க்க வேண்டும். மைக்கேல் ஒண்டாட்ஜி என்பவர் *Anil's Ghost* என்று ஒரு நாவல் எழுதியிருக்கிறார். அதில் சிங்கள மக்கள் எப்படி இந்தப் படுகொலைகளால் அவதிப்படுகிறார்கள் என்பதைப் பற்றி ரொம்பவும் அற்புதமாக எழுதியிருக்கிறார். அதனால் இரு தரப்பு மக்களையும் கணக்கில் எடுத்துக்கொண்டு அவர்களுடைய அரசியல் அமைப்பு உருவாக வேண்டும் என்பதே என்னுடைய ஆவல்.

**ஈழ மக்களுக்கு ஆதரவாக விடுதலைப் புலிகள் மட்டுமே இருக்கிறார்கள். ஆகவே அவர்களை நாம் ஆதரிக்க வேண்டும் என்று கனிமொழி பேசியிருக்கிறாரே, இந்தக் கருத்து உங்களுக்கு உவப்பானதா?**

விடுதலைப் புலிகளை மட்டுமே ஆதரிப்பது என்பது ரொம்ப விபரீதமான வேதனையைத்தான் தரும். இந்திய மக்களுக்கு விடுதலைப் புலிகள்மீது பெரிய காதல் ஒன்றும் இல்லை. ராஜீவ் காந்தி கொலைக்குப் பிறகு இந்திய மக்கள் மனம் மாறிவிட்டது. எல்.டி.டி.ஈ.க்காக நாம் ஈழ மக்களுடைய அவதிகளைப் பார்க்காமல் இருந்துவிட முடியாது. இந்த நிலைமையில் எல்.டி.டி.ஈ.தான் பெரிய அதிகாரம் உடைய அமைப்பாக இருப்பதனால் அதனுடன் பேச்சுவார்த்தை நடத்தி எல்லா ஈழத் தமிழ் அமைப்புகளுடனும் சேர்ந்து ஒரு முடிவு காண்பதுதான் சரியானதாக இருக்கும்.

ஈழத் தமிழர்கள் பிரச்சினையை இங்குள்ள அரசியல் கட்சிகள் வெறும் உணர்ச்சி சம்பந்தமாகவே அணுகுகின்றன. ஒரு விடுதலைப் போராட்டத்தை இப்படியா அணுகுவது?

எல்.டி.டி.ஈ.யை இங்கு ஆதரிப்பவர்கள் யார் என்று பார்த்தீர்கள் என்றால், திராவிடக் கட்சிகள், பெரும்பாலும் நாத்திக அமைப்புகள், இங்கே தமிழ்நாடு தனியாகப் போக வேண்டும் என்று நினைக்கின்ற அமைப்புகள், இவற்றோடுதான் அவர்களுக்குத் தொடர்புகள் இருக்கின்றன. எல்.டி.டி.ஈ.யின் ஆதரவாளர்கள் என்று இங்கு சொல்லப்படுபவர்கள் எல்லாம் தனித் தமிழ்நாடு கோரியவர்களாக, கோர விருப்பமுடையவர்களாகத்தான் இருக்கிறார்கள். பெருவாரியான மக்களுடன் எல்.டி.டி.ஈ. தொடர்பு கொள்ளவே இல்லை. அதனால்தான் இந்தப் பிரச்சினை. இந்த அமைப்புகள் மட்டுமே தமிழ் மக்களுடைய பிரதிநிதிகள் இல்லை என்பதைப் புரிந்துகொண்டு அது பொது மக்களிடம் ஆதரவு கோர வேண்டும். அதற்கு எல்.டி.டி.ஈ. நிறைய விட்டுக்கொடுக்கக்கூடிய தேவையும் இருக்கிறது. இவர்கள் அணுகுவதைப் போல வெறும் உணர்ச்சி சம்பந்தமாகப் பார்க்கக்கூடிய விஷயமில்லை இது. அது ரொம்பவும் குறைவான மக்களுடைய கருத்து. பெருவாரியான தமிழ் மக்களிடம் இந்த இனம் என்பதெல்லாம் கிடையாது. அப்படி ஒரு உணர்வு இங்கு இல்லை. அப்படிப் பார்த்தால் அது மேலும் சிக்கலான பிரச்சினையாகும்.

இப்பிரச்சினையில் இந்தியாவின் தலையீடு, ஆதரவு தேவையா?

இந்த விஷயத்தில் இந்தியாவினுடைய ஆதரவு வேண்டும். அதே சமயத்தில் ஆதரவு வேண்டாம் என்று சிக்கலான இரண்டு நிலைமைகள் இருக்கின்றன. தமிழ்நாடு அரசியல் ரீதியாக இந்த ஈழ அமைப்புகளுடன் ஒரு தொடர்பு வைத்துக்கொள்வதால், தமிழ்நாட்டில் ஆட்சி செய்பவர்கள் யாரோ அவர்களின் கருத்துப்படி ஒத்துப்போக வேண்டும்

என்ற அரசியல் நிர்ப்பந்தத்தில் மத்தியில் ஆளுகின்றவர்கள் இருக்கிறார்கள். அரசியல் சார்பில்லாமல் ஈழத்தில் தமிழ் பேசுகின்ற ஆதித்தமிழர்கள், தேயிலைத் தோட்டத்திலுள்ள அந்தத் தமிழ் மக்கள், பிறகு தமிழ் பேசும் முஸ்லிம்கள், இந்த மூன்று பேருக்குள்ளும் ஒரு பொதுவான உடன்பாடு வைத்துக்கொண்டு, பிறகுதான் சிங்களர்களுடன் நாம் பேச முடியும். ஆனால் இன்று ஒன்றுக்கு ஒன்று முரண்பட்டு அங்குள்ள ஈழத் தமிழர்களுக்கும் முஸ்லிம்களுக்கும் போதுமான உறவு இல்லை. கிழக்கே உள்ள கருணாகரன் என்பவர் கவனிக்க வேண்டிய கருத்துடையவராகத் தெரிகிறார். அந்தப் பகுதி மக்களை இந்த மேல் பகுதி மக்கள் புறக்கணிக்கிறார்கள். அவர்களின் சேவை வீணடிக்கப்படுகிறது. தங்களைப் பயன்படுத்திக்கொள்வதற்கு மட்டுமே வைத்திருக்கிறார்கள் என்று ஒரு குறைபாட்டைச் சொல்கிறார்கள். இந்தக் குறைபாட்டையெல்லாம் அவ்வளவு சுலபமாக ஒதுக்கிவிட முடியாது. எப்போது மனக்குறை என்று ஒன்று ஏற்பட்டதோ அதுதான் தீவிரமாக வளரத் தொடங்கும். தவிர, கொள்கைகளை வகுக்கவும் தொடங்கும். ஈழத் தமிழர் களுக்குள் இருக்கின்ற இந்தப் பூசல்களையெல்லாம் ஒழித்து சிங்களர்களுடன் பேச்சு நடத்த இந்தியா ஏற்பாடுசெய்ய வேண்டும். இந்தியா இந்தக் குறைகளையெல்லாம் சுட்டிக்காட்ட வேண்டும். அப்போதுதான் உருப்படியான யோசனை சொல்வதாகும். ஒருவருக்கு ஒருவர் பேசிக்கொள்ள இந்தியா வற்புறுத்த வேண்டும். சிங்கள அரசு தமிழர்களுடன் பேச்சுவார்த்தைக்கு வந்தே ஆக வேண்டும் என்று இந்திய அரசு ஒரு நிர்ப்பந்தம் கொடுக்க வேண்டும். அப்போதுதான் அவர்கள் பேச முன்வருவார்கள். இப்போதைக்கு இப்படியே நாம் இருந்துவிடலாம் என்று எல்.டி.டி.ஈ. அமைப்புக்குத் தோன்றலாம். செத்தாலும் இப்படியே ஐம்பது அறுபது வருஷங்கள் ஓட்டினால் நம் காஷ்மீரில் இருப்பது மாதிரி இயற்கையாக ஒரு தீர்வு வந்துவிடும் என்றுகூட அவர்கள் நினைக்கலாம். அப்படி விட்டுவிடாமல் இந்தக் காலத்திலேயே அதிக உயிர்ச்சேதம் இல்லாமல் தீர்க்கப்பட வேண்டும். இப்போதே ஈழத்தில் இளம் பிள்ளைகள் என்ன படிக்கிறார்கள், எப்படி வளர்க்கப்படுகிறார்கள் என்று நினைப்பதற்கே நமக்குப் பயமாக இருக்கிறது. பத்து வயது, பதிமூன்று வயதுச் சிறுவர் சிறுமிகள்கூட ஆயுதப் போராட்டத்தில் ஈடுபடுத்தப்படுவதாகச் செய்திகள் வருகின்றன. இதெல்லாம் பிற்காலத்திற்கு நல்லதல்ல. அதனால் ஒரு தீர்வு வரக் கொஞ்சம் கடுமையான வார்த்தைகளைச் சொல்லி இந்தியா நடவடிக்கை எடுக்க முன்வர வேண்டும். அண்டை நாடுகளில் ஏற்படுகின்ற கலவரம் – இலங்கை, பாகிஸ்தான், ஆப்கானிஸ்தான், பங்களாதேஷ், பர்மா போன்ற நாடுகளில்

அமைதி இல்லாமல் போனால் இந்தியாவின் அமைதி என்பது அர்த்தமில்லாமல் போய்விடும். இந்தப் பகுதிகள் எல்லாம் சேர்ந்து ஒற்றுமையாக இருந்தால் பொருளாதார, அரசியல் ரீதியான வளர்ச்சி உண்டாக வாய்ப்புகள் உண்டு. என்னைப் போன்றவர்களுக்கெல்லாம் ஆசை சிங்களம் என்பது சிங்கப்பூர் போல இருக்க வேண்டும். இந்தியாவுக்கு ஈழம் ஒரு சிங்கப்பூர் மாதிரி இருந்தால் நல்லது.

**சக போராளிகளைக் கொன்றுவிட்டு ஈழப் போராட்டத்தை மேட்டுக் குடியினரின் விடுதலை இயக்கமாகத் திசைதிருப்பியவர்கள் விடுதலைப் புலிகள்தான் என்று புஷ்பராஜா, ஷோபா சக்தி போன்றவர்கள் சொல்கிறார்களே?**

“குட்டிமணியை சிங்களவர் கொன்றார். எங்கள் மணிகளை நாங்களே கொன்றோம்” என்ற ஒரு வரியை நான் எப்போதோ எழுதினேன். மற்றவர்களை அழித்துவிட்டு ‘நான்தான் அதிகாரத்திற்குரியவன், என்னோடுதான் நீ பேச வேண்டும்’ என்று சொல்வதை எந்த அமைப்பும் ஏற்றுக்கொள்ளாது. எல்.டி.டி.ஈ. தன்னை அல்லாமல் வேறு பகுதி மக்களும் இருக்கிறார்கள் என்பதைப் புரிந்துகொள்ள வேண்டும். நாளை ஈழப் பகுதி சிங்களக் கட்டுமானத்திற்குள் இயங்க வேண்டும் என்றால், அது பல கட்சிகள் உடைய ஒரு அரசாக அமைய வேண்டுமே தவிர, ஈழத்திற்கு எல்.டி.டி.ஈ. மட்டும்தான் என்று அமைக்க முடியாது. அப்படி அமைவது விபரீதமாகும். அந்தப் போக்கு ரொம்பவும் ஆபத்தானது. எல்.டி.டி.ஈ. பிரபாகரன்கூட ராஜீவ் கொலை பற்றி அவர் பேட்டியில் ரொம்பவும் அலட்சியமாகத்தான் வருத்தம் தெரிவித்தார். இல்லை, வருத்தம்கூடத் தெரிவிக்கவில்லை. அலட்சியமாக அதைப் பற்றிக் குறிப்பிட்டார். அவர் வருத்தமடைந்தவராகத் தெரியவில்லை.

**இன்றைய சமகாலக் கவிஞன் என்பவன் அரசியல் வேறு, கவிதை வேறு என்ற கருத்துடையவனாக இருக்கிறான். ஆனால் நீங்கள் கவிதையைப் போலவே அரசியலையும் இணைத்துக்கொண்டு பயணித்திருக்கிறீர்கள். ஒரு கவிஞனுக்கு அரசியல் என்பது எவ்வளவு அவசியமாகிறது?**

நான் ஒரு கவிஞனாக வந்தபோது இருந்த நிலைமைகள் வேறு, இன்றைய நிலைமைகள் வேறு. சுதந்திரம் அடைந்த பத்தாண்டுகளுக்குப் பிறகு நான் கவிதை எழுதத் தொடங்கினேன். அப்போது மொழிவாரி மாகாணமெல்லாம் பிரியவில்லை. தமிழ்நாடு தனியாக இருக்க வேண்டும், அதனுடைய எல்லைகள் எல்லாம் பெற வேண்டும், திருப்பதி, பீர்மேடு, சென்னை

உள்ளிட்ட இடங்கள் வேண்டும், தமிழ் ஆட்சிமொழியாக இருக்க வேண்டும், எங்கும் தமிழ், எதிலும் தமிழ் என்ற லட்சியத்தோடு இருந்த காலம். இப்போது அது இல்லை. திராவிட இயக்கங்கள் எல்லாம் திராவிட நாடு தனியாகப் போக வேண்டும் என்றார்கள். பிறகு அதுவும் கைவிடப்பட்டது. ஆக, அரசியல் ரீதியான பிரச்சினைகள் ஒன்றும் கிடையாது. அன்று நாங்கள் எழுத வரும்போது இந்தப் பிரச்சினைகள் இருந்ததால், அவை உணர்வுப்பூர்வமாக எங்களைப் பாதித்ததால் அதைப் பற்றிக் கவிதைகளை நான் எழுதினேன். தமிழ்நாடு பெயர்வைப்புப் போராட்டம் நடந்தபோது முதலமைச்சராக இருந்த காமராஜருக்குக்கூடத் தமிழ்நாடு என்று பெயர் வைக்க வேண்டும் என்று நான் சீட்டுக் கவிதை எழுதியிருக்கிறேன். ஒன்று ஞானக்கூத்தன் என்ற பெயரிலேயும் இன்னொன்று நந்திவர்மன் என்ற பெயரிலேயும் எழுதினேன். அதற்குப் பிறகு அந்த வரலாறே போய்விட்டது. இப்போது முன்பைப்போல அரசியல் பிரச்சினை ஒன்றும் கிடையாது. ஆனால் தலித்துகள் பிரச்சினை, பெண்ணியம் சம்பந்தமான பிரச்சினைகள் இருக்கின்றன. அது எப்படி உணர்வு ரீதியாகப் பாதித்ததோ அதுபோல இதுவும் பாதிக்கக்கூடிய ஒன்றாக இருக்கிறது. இன்றைய கவிஞன் இதைத்தான் எதிர்நோக்குகிறான். பாரதி காலத்துத் தேசியப் பிரச்சினையோ பாரதிதாசன் காலத்துத் திராவிடப் பிரச்சினையோ போய் இப்போது பால் சார்ந்த பிரிவு, சமூகம் சார்ந்த பிரிவு என்பவை வருகின்றன. தலித்துகள், தலித் அல்லாதவர்கள் என்று ஒரு பாகுபாடு பண்ண முடிகிறது. இந்தப் பாகுபாடு எல்லாம் கவிதைக்குள்ளாக விவாதிக்கப்பட வேண்டும் என்று சொல்கின்றவர்கள் இருக்கிறார்கள்.

ஆனால் கவிதை என்பது இதையெல்லாம் புறக்கணித்து விட்டுப் போவதுதான் நல்லது. தலித்தென்று, ஆண் பெண்ணென்று கவிதைக்குள் பார்க்க முடியாது. கவிதை என்பது பொது நோக்கில், பொதுத் தன்மையானதாக வளர வேண்டும். நமது நாடு பல விதமாக வளரும்போது நம் கவிதைகள் அர்பனைஸ்டாக இருக்க வேண்டும். நாடு சார்ந்த, மாநகரம் சார்ந்த கவிதையாக இருக்க வேண்டும். விவசாய நாடு என்பதனால் விவசாயத்தைப் பற்றியே இருக்க வேண்டியதில்லை. எங்க அம்மா நாற்று நட்டாள், எங்க பாட்டி அறுவடை செய்தாள் என்பதுதான் 'ரூட்' உள்ளது என்று சொல்லும்போது, அவர்கள் வளர்ச்சியை மறுக்கிறார்கள். நம்முடைய கவிதைகள் இதைத் தாண்டி உலகளாவிய கவிதையாக இருக்க வேண்டிய கட்டாயம் இருக்கிறது. இப்படிச் சொல்வதாலேயே விவசாயம் சார்ந்த, பெண்ணியம் சார்ந்த கவிதைகள் எழுதக்கூடாது என்று நான் சொல்ல வரவில்லை.

ஆனால் கவிதை என்பது நகர் சார்ந்த கவிதையாக இருப்பது அவசியம் என்கிறேன்.

**எல்லோரும் நகர் சார்ந்த பொதுவான கவிதையே எழுதினால் அவரவர் பண்பாடு, பழக்கவழக்கங்கள், அடையாளங்கள் எல்லாம் கவிதைக்குள் விழாமல் போய்விடாதா?**

போகாது. குடும்பத்திலிருந்து தொடங்க வேண்டும் கவிதையை. குடும்பத்தில் எந்த அளவுக்குப் பிரச்சினைகள் இருக்கின்றனவோ அந்த அளவுக்குக் கவிதைக்குள்ளேயும் பிரச்சினைகள் பிரதிபலிக்கும். ஒரு விவசாயி கவிதை எழுதினால் தானாகவே விவசாயம் வந்துவிடும். ஒரு தொழிலாளி எழுதினால் தொழிலாளர் விஷயங்கள் கவிதைக்குள் வந்துவிடும். இப்படியெல்லாம் ஒரு அடையாள நோக்கில் கவிதைகள் எழுதத் தேவையில்லை. ஒரு கவிஞனுக்கு அடையாளம் அவன் கவிஞன் என்பதுதான்.

**கூகி வா தியோங்கோ, சினுவா அச்சேபே போன்ற எழுத்தாளர்கள் தங்கள் கருப்பின அடையாளத்துடன் எழுதியதைத்தானே நாம் ரசிக்கிறோம். அதுபோல தலித்துகளும் தங்கள் வலியை, கேவல்களை எழுதுவதனால்தானே இலக்கியத்தில் புது ரத்தம் பாய வாய்ப்பு உண்டாகும்?**

உலகத்தில் பெரிய இனம் கருப்பினம். அது புறக்கணிக்கப்படும் போது அவர்கள் அவர்களுக்கென்று அடையாளம் வேண்டும் என்று கோருவதில் நியாயம் உண்டு. அதை வைத்துக்கொண்டு நம் சாதிக்காரர்கள் விவாதிப்பதில் ஒன்றும் அர்த்தம் கிடையாது. சினுவா அச்சேபே, தமக்கு இந்து – இந்திய – காஷ்மீரியப் பின்னணி சார்ந்த சந்ததி உண்டென்று அவரே சொல்லியிருக்கிறார். அவர்களின் நாட்டில் பல பண்பாடுகள் இருப்பதைப் பற்றி அவர் குறிப்பிட்டிருக்கிறார். அதேதான் நாமும் சொல்கிறோம். நாம் எழுதும்போது எந்த இனத்தைச் சேர்ந்தவராக இருந்தாலும், எந்த மதத்தைச் சேர்ந்தவராக இருந்தாலும், நம் கவிதைகளில் பலவும் சேரவேண்டும். உதாரணமாக, இலங்கை பற்றிப் பேசினோம். அதை எடுத்துக்கொண்டால் சிங்கள இலக்கியத்தில் தமிழர்கள் வருவதில்லை, தமிழர்கள் இலக்கியத்தில் சிங்களர்கள் வருவதில்லை. ஏறக்குறைய இது 50 ஆண்டுகளுக்கு மேலாக இருந்துவருகிறது. ஒற்றுமையான ஒரு சமூகம் உருவாகாததால் இப்படி இருக்கிறது. அது உருவானால் அந்தப் பிரச்சினை தீரும். வேறுவிதமாக மாறும். தமிழ்நாட்டில் வெளிவருகின்ற நாவல், சிறுகதைகளில் எல்லோருமே வருவார்கள். தெலுங்கு பேசுகிறவர்கள், மராட்டி, கன்னடம் பேசுகிறவர்கள், முஸ்லிம்,

கிறிஸ்துவர்கள் எல்லாம் பாத்திரமாக வருவார்கள். சினிமாவை எடுத்துக்கொண்டால் அதேபோல் எல்லோரும் வருவார்கள். இது இணைக்கப்பட்ட, ஒன்றுபட்ட சமூகம் என்பதால் இது வருகிறது. அச்சேபேயே வெள்ளைக்கார மக்களோடு தங்களை ஒப்பிடும்போது தங்களுக்கென்று அடையாளம் வேண்டும் என்று கேட்கிறார்.

**சரி, பெண்ணியத்தை எப்படிப் பார்க்கிறீர்கள்?**

கவிதைகளில் நாம் அடிப்படையான சில செய்திகளைப் பார்க்க வேண்டியிருக்கிறது, அதற்காகத்தான் இலக்கியம் சார்ந்ததாக அதை நாம் வகுத்துவைத்தோம். உருவம், உள்ளடக்கம், அதனுடைய யுக்தி பற்றிப் பேச வேண்டுமே தவிர, அந்த உள்ளடக்கத்தில் இந்தச் சாதிய, பெண்ணியப் பிரச்சினைகளுக்குப் போகக்கூடாது என்று வைத்தோம். Textஐத் தயார் பண்ணுவதுதான் நமக்கு முக்கியமே தவிர, பிரதிக்குள் என்ன வர வேண்டும் என்று முன்கூட்டியே தீர்மானிப்பது முக்கியமல்ல. பெண்ணியத்தைப் பொறுத்த அளவில் தொடக்கத்திலேயே கல்வியறிவு கொடுக்கப்பட்ட சமூகம், கொடுக்காத சமூகம், அல்லது நிராகரிக்கப்பட்ட சமூகம், இப்படி ஒவ்வொன்றிற்கும் ஒரு பிரச்சினை. அது எதிர்கொள்ள வேண்டிய முறை வேறாக இருக்கும்.

**அப்படியென்றால் பெண்ணியம் என்பதைப் பொது வரையறைக்குள் வைக்கக்கூடாது என்கிறீர்களா?**

ஆரம்பத்திலிருந்தே பலவிதமான சமூகங்கள் இங்கு இருந்திருக்கின்றன. ஒரு சமூகத்தின் பழக்கவழக்கங்களை இன்னொரு சமூகம் ஏற்றுக்கொள்வதில்லை. உதாரணமாக, சக்தி மார்க்கம் – சாக்தம் என்று சொல்வார்கள் – பெண்ணைத் தெய்வமாக வழிபடுகின்ற ஒரு மார்க்கம். பாரதிகூட சாக்தத்திற்குப் போயிருக்கிறார். அவர்கள் பெண்ணை வைத்துப் பூஜை பண்ணுவார்கள். இது மற்ற மார்க்கங்களுக்கு ஏற்புடையதல்ல. சைவத்தினுடைய மார்க்கம் வைணவத்திற்கு ஏற்புடையதல்ல. சைவம் சிவன் சுடுகாட்டில் இருந்தான் என்றால் வைணவத்திற்குக் கடுமையான எதிர்ப்பு வரும் மனத்தில். வைணவம் மயானம் மாதிரியான விஷயங்களை ஏற்றுக்கொள்வதில்லை. வைணவத்திலுள்ள உபவாசத்தைச் சைவம் ஏற்றுக்கொள்வதில்லை. புலால் சாப்பிடுவதை பௌத்தம், சமணம் எல்லாம் இங்கு எதிர்த்திருக்கின்றன. மணிமேகலை போன்ற காப்பியங்களைப் பார்க்கும்போது ஒருவரை ஒருவர் மிகக் கடுமையாகச் சொல்லியிருக்கிறார்கள். பொதுத் தன்மை என்பதே கிடையாது. நாம் பாதையில் எல்லாம் பொதுவாக

இருப்பது மாதிரி 'மித்' – கற்பிதம் – பண்ணியிருக்கிறோமே தவிர, உண்மையிலேயே ஒன்றுக்கு ஒன்று ஒற்றுமைப்பட்ட நிலைப்பாடு கிடையாது.

அதனால், ஒரு பெண் கவிஞர் விரசமாக ஒரு கவிதை எழுதினார் என்றால், அது இன்னொரு சமூகத்துப் பார்வையில் விரசமாகத் தெரிகிறது. ஆனால் இவரது பார்வையில் அது இயல்பாகவே இருக்கிறது. பெரிய பத்திரிகைகளில் இது வெளியாகும்போது அது பொதுவான வாசகத் தளத்தை உருவாக்குகிறது. அங்கு வரும்போது சிலதை விட்டுக்கொடுக்க வேண்டியிருக்கிறது. உதாரணமாக, பெரிய பத்திரிகைகள் நடிகைகளுடைய படங்கள், கதைகளுக்கு வரும் ஓவியங்கள் எல்லாவற்றையும் விரசமாக வெளியிடுகின்றன. ஆனால் கதைகளில் அதையே எழுதும்போது அப்படியே அவற்றை நிராகரிக்கின்றன. விஷுவலில் அனுமதிக்கும் விரசத்தை எழுத்தில் அனுமதிக்க மறுக்கின்றன. இப்படி வெவ்வேறு விதமான கோட்பாடுகளை எல்லோரும் வைத்திருக்கிறார்கள். பொதுவான ஒரு கோட்பாட்டை உருவாக்க முடியாது.

**பெண்ணியத்திற்குள்ளே சாதிய ரீதியான கூறுகள் இருக்கின்றன என்கிறீர்களா?**

ஒவ்வொரு சமூகத்திற்குள்ளும் பெண்ணியத்திற்குரிய விடுதலைகள், அதனுடைய கோரிக்கைகள் எல்லாம் வேறாகத்தான் இருக்கின்றன. இன்றைக்கு அதை உணராமல் எல்லோரும் முதலில் பெண்ணியம் என்று சேர்ந்தார்கள். அப்புறம் எல்லோரும் எழுதத் தொடங்கிப் பின் ஒதுங்குகிறார்கள். இதனால்தான் ஒரு பெண் கவிஞரை ஒரு பெண் கவிஞர் ஏற்றுக்கொள்ள முடியாமல்போகிறது. அதனால் கவிதை என்கிற வரையில் அதில் எல்லாம் சுவாரஸ்யமாக சொல்லப்பட்டிருக்கிறதா, கவிதையின் கூறுகள் அதில் இருக்கின்றனவா என்று பார்த்துதான் நாம் கவிதைகளை எடுத்துக்கொள்ள வேண்டும். அவர் இந்தச் சமூகத்தைச் சேர்ந்தவர், அவர் விரசமாக எழுதுகிறார் என்றெல்லாம் எடுத்துக்கொள்ள முடியாது. இலக்கியத்தைப் பொறுத்த அளவில் சாதிய அடிப்படையில்தான் பெண்ணியத்தைச் சொல்லமுடியும். சுகிர்தராணி, குட்டி ரேவதி எழுதுவதை இன்னொரு பெண் கவிஞர் ஏற்றுக்கொள்வதில்லை என்று சொல்கிறார்கள். இதெல்லாம் சாதியத்தால் வருவதுதான்.

**புதுக்கவிதையின் தொடக்கம் ந. பிச்சமூர்த்தியிலிருந்து ஆரம்பித்ததாக நீங்கள் மதிப்பிடுகிறீர்கள். ஆனால் சிலர் காளமேகத்திடமிருந்தே புதுக்கவிதை தொடங்கிவிட்டதாகச் சொல்கிறார்களே?**

1960—70களில் யாரும் இதைச் சொல்லவில்லை. புதுக்கவிதை இருபதாம் நூற்றாண்டில் மிகப் பெரிய புரட்சிகரமான இயக்கம். சொல்லப்போனால் தமிழ் இலக்கிய வரலாற்றிலேயே மிகப் பெரிய புரட்சிகரமான இலக்கியம். இந்தப் புரட்சியை அன்று கோட்டை விட்டுவிட்டார்கள். அதனால் என்ன செய்கிறார்கள்... இந்தப் புதுக்கவிதையின் தொடக்கத்தில் யார் ஆரம்பித்தார்கள் என்பதில் ஒரு பிறழ்ச்சியை உண்டாக்குவதற்காக இப்போது காளமேகம் செய்தார், இன்னொருவர் செய்தார் என்று குழப்பம் விளைவிக்கிறார்கள். அவர்கள் இதற்கு ஆதாரம் காட்ட வேண்டும். நாம் 1934இலேயே ந. பிச்சமூர்த்தி முதல் புதுக்கவிதை எழுதினார் என்று அந்தக் கவிதைகளை ஆதாரமாக வைத்துச் சொல்கிறோம். அதேபோன்று பாரதியார் வால்ட் விட்மனைப் படித்துவிட்டுச் செய்யுள் அமைப்பை விட்டுவிட்டு வேறு விதமாக எழுதத் தொடங்கினார் என்று சொல்லி 1930களிலேயே அதற்கு வசன கவிதை என்று பெயர் வைத்தார் என்று வரலாற்று அடிப்படையில் சொல்கிறோம். 1934க்கு முன்பு அல்லது பாரதியாருக்கு முன்பு 1800களில் வசன கவிதை யார் எழுதினார்கள்? அந்த வசன கவிதைகள் எவை என்று சொன்னார்கள் என்றால் நாம் ஏற்றுக்கொள்ளலாம்.

**யாரும் அப்படி ஆதாரபூர்வமாக நிறுவவில்லை என்கிறீர்களா?**

சுரதா யாருடைய தொகுப்பிலேயோ யாரோ முதலியாரோ பிள்ளையோ அவர்தான் இதை முதலில் ஆரம்பித்தார் என்று எழுதினார். ஆனால் அவர் யார் என்பதற்கு இன்று வரை ஆதாரம் இல்லை. ஓர் உதாரணம் கொடுக்கப்படவில்லை. அந்தத் தொகுப்பு எது என்றும் நமக்குத் தெரியாது. யாராவது ஒரு தொகுப்பைக் கொண்டுவந்து, 1915 – 1934க்கு முன்னால் இவர் எழுதியிருக்கிறார் என்று காண்பித்தால் தாராளமாக நாம் ஏற்றுக்கொள்ளலாம். ஆனால் அந்தத் தொகுப்பினால் பாதிக்கப்பட்ட இயக்கமல்ல இது.

**மரபுக் கவிதையில் பயிற்சி இல்லாத பிராமணர்களால் உண்டாக்கப்பட்ட வடிவம்தான் புதுக்கவிதை என்றும் சொல்லப்படுகிறதே?**

மரபுக் கவிதையில் தேர்ச்சி தேவையில்லை என்பதுதான் நம்முடைய வாதம். உரைநடையை வெட்டி வெட்டிப் போட்டு எழுதுகிறார்கள், அதைப் போய்க் கவிதை என்று சொல்கிறார்கள் என்றெல்லாம் கருத்துத் தெரிவித்தார்கள். அதற்கு வெளிநாட்டில் அமெரிக்கர்கள், ஆமாம், நீ எழுதுகின்ற எதுகை மோனைக் கவிதைகளைவிட இந்த வெட்டிப் போட்ட உரைநடைக் கவிதைகள் எவ்வளவோ தேவலாம் என்று விளக்கம்

ஞானக்கூத்தன்

தந்தார்கள். அதையே நாமும் சொல்ல விரும்புகிறோம். செய்யுள் இலக்கியப் பயிற்சி என்பது இதற்குத் தேவையில்லை. அது இல்லாமல் புதுக்கவிதையைச் சிறப்பாக எழுத முடியும் என்று நம்பியதால்தான் இந்த இயக்கமே தோன்றியது. என்னைப்போல இருப்பவர்களுக்கு இது தெரியும். ஏனென்றால் புதுக்கவிதை இயக்கம் என்ற ஒன்று தொடங்குவதற்கு முன்னாலேயே கவிதை எழுத எனக்குத் தெரிந்துவிட்டது. அதனால் எனக்குத் தெரியும். இது மற்றவர்களுக்குத் தெரியவேண்டும் என்ற அவசியம் கிடையாது. செய்யுள் இலக்கணமோ எந்த இலக்கணமுமோ தெரியாமல் பேச்சுத் தமிழில் ஒரு கடிதம் எழுதுகின்ற அளவுக்குத் தமிழ் தெரிந்தவன் கவிதை எழுதவேண்டும் என்பதற்காக இதைச் செய்தோம். அதனால்தான் இன்று ஒரு தையல்காரர், தொழிலாளி, இன்ஜினியரிலிருந்து ஐ.ஏ.எஸ். வரை கவிதை எழுதுகிறார்கள். இப்படி வானம்பாடியில் ஒருவரையும் நீங்கள் காட்ட முடியாது. எல்லோரும் எம்.ஏ., எம்.ஃபில்., பிஹெச்.டி. என்பார்கள். நான் இருநூறு எண்ணிக்கை கொண்ட பத்திரிகைக்கு எல்லாம் எழுதமாட்டேன் என்பார்கள். ஆனால் நாம் ஒரு தனிப் பிரதேசத்தை உண்டாக்கினோம். சிறு பத்திரிகை என்ற ஒரு கலாசாரத்தை வளர்த்திருக்கிறோம். அதில் நாம் கவிதை வளர்த்தோம்.

**இன்று எழுதப்படும் உரைநடைக் கவிதை வடிவம் பற்றி?**

செய்யுள் அல்லாத எல்லா வடிவமுமே உரைநடையைச் சேர்ந்ததுதான். நாம் இப்போது எழுதிக்கொண்டிருக்கும் எல்லாக் கவிதைகளும் உரைநடைக் கவிதைகள்தான்.

**யாப்பு, எதுகை, மோனை, வெண்பா செய்யுள், அசை, சீர் போன்ற இலக்கண வடிவத்தை உடைத்து மீண்டும் புதுக்கவிதை குறியீடு, படிமம், உருவகம் என்ற புதிய இலக்கணத்தைத்தானே வகுத்திருக்கிறது?**

இதெல்லாம் இலக்கணம் இல்லை. இலக்கணம் என்பது கற்றுக்கொடுக்கப்படுவது. இது கற்றுத்தருவதல்ல. இன்றைக்கும் இமேஜ் என்றால் என்ன என்று ஒருவரைக் கேட்டால் எஸ்ரா பவுண்ட் சொன்னதையே திரும்பச் சொல்வார்களே தவிர, தானாக ஒன்றையும் இவர்களால் சொல்லமுடியாது. ஆனால் இமேஜ், சர்ரியலிசம் எல்லாவற்றிலும் இவர்கள் போலிகளைச் செய்திருக்கிறார்கள்.

**எஸ்ரா பவுண்ட், டி.எஸ். எலியட், இவர்களை வாசித்துவிட்டு அந்தத் தாக்கத்தினால் தமிழில் படிமக் கவிஞராக வெளிப்பட்டவர் பிரமிள். தமிழ்க் கவிதையில் படிமத்தை எந்த அளவுக்கு அவர் நிறைவாகச் செய்திருக்கிறார்?**

அது பொய். பிரமிளைப் படிமக் கவிஞராக சி.சு. செல்லப்பாதான் முதன்முதலில் சொன்னார். அது தவறு. அவர் செய்த மிகப்பெரிய தவறு என்னவென்றால் பிரமிளைப் படிமக் கவிஞராகச் சொன்னது. படிமம் என்ற ஒரு வார்த்தையைச் செல்லப்பாதான் முதலில் பயன்படுத்தினார். அந்தச் சொல்லைப் பயன்படுத்தினாரே ஒழிய, அதை ஒரு இயக்கமாக வளர்த்தெடுக்க அவருக்குத் தெரியவில்லை. பிரமிள் எழுதியது படிமக் கவிதையே இல்லை.

**எதை வைத்துப் பிரமிள் எழுதியது படிமக் கவிதை இல்லை என்கிறீர்கள்?**

படிமங்களைப் பற்றித் தெரிந்தவர்களுக்குத் தெரியும், அது படிமக் கவிதை இல்லை என்பது.

**அப்போது அதை விளக்கமுடியுமா நீங்கள்?**

அதற்கு நிறைய பேச வேண்டும்.

**பேசலாமே?**

இன்றைக்கு வரைக்கும் தமிழ்க் கவிதையில் படிமம் என்ற சொல் பயன்படுத்தப்பட்டுவருகிறது. ஒரு வாரத்திற்கு முன் வெளிவந்த ஒரு கவிதைத் தொகுப்பில்கூட அந்த வார்த்தை பயன்படுத்தப்பட்டிருக்கிறது. ஒரு உலகம் மாறும்போது அந்த உலகத்தைப் பற்றிய தோற்றங்கள் கவிதைக்குள் வர வேண்டும். அந்தத் தோற்றத்திற்குத்தான் படிமம் என்று பெயர். படிமம் என்பது உவமையாக வரலாம், உருவகமாக வரலாம், எப்படி வேண்டுமென்றாலும் வரலாம். அதனால் புதிய தோற்றம் கவிதைக்குள் வர வேண்டும். அது ஒரு தகவலாகக்கூட வரலாம். நீங்கள் பார்த்தீர்கள் என்றால் எல்லாக் கவிதைகளுக்குள்ளும் படிமம் என்பது இருக்கிறது. புதிய படிம 'விவாதம்' 1980களில் தமிழில் வந்ததென்று சொல்லலாம். இது ஒரு அம்சமாகவும் உருவகமாகவும் வந்திருக்கிறது. அதனால் படிமம் என்பது புதிய தோற்றம், அவ்வளவுதான். கவிதைக்கும் கவிதையில் சொல்லப்படுகின்ற விஷயத்திற்கும் தகவலுக்கும் ஒரு புதிய தோற்றம், ஒரு விஷுவல் ஆஸ்பெக்ட் என்று சொல்வதுதான் படிமம். 'ஏற்கனவே எல்லா கவிதையிலும் படிமம் என்பது இருக்கிறது. அதற்கு யாரும் ஒரு பெயர் வைக்கவில்லை. அதனால் நாங்கள் ஒரு பெயர் வைத்தோம்' என்றுதான் இமேஜிஸ்ட்டுகளே சொன்னார்கள். இலக்கியத்தில் இந்தக் காட்சிபூர்வமான, தோற்ற ரீதியான ஒரு செய்தி எல்லாக் கவிதைகளிலும் உண்டு. அதனால்

ஒரு குறிப்பிட்ட கவிஞரிடத்தில்தான் அது இருக்கிறது என்பது தப்பு.

**'சிறகிலிருந்து பிறந்த இறகொன்று காற்றின் தீராத பக்கங்களில் தன் வாழ்வை எழுதிச் செல்கிறது' என்ற பிரமிளின் பிரசித்தி பெற்ற கவிதை படிமக் கவிதையாகத்தானே எடுத்துக் காட்டப்படுகிறது. முன்பே எல்லாக் கவிதைகளிலும் இவ்வம்சம் இருந்தபோதிலும் இதை ஒரு வடிவமாக முதலில் கையிலெடுத்தவர் பிரமிள்தான் என்று வைத்துக்கொள்ளலாமா?**

வைத்துக்கொள்ள முடியாது. எல்லா கவிஞர்களிடத்திலும் இருந்த ஒரு பொது அம்சம் அது.

**பிரமிள் காலகட்டத்தில் வேறு யாரிடத்தில் இருந்தது என்று சொல்ல முடியுமா?**

வைதீஸ்வரனிடம் இருந்தது, சி. மணியிடம் இருந்தது, 'எழுத்து' பத்திரிகையில் இயங்கிய எல்லா கவிஞர்களிடத்திலும் இந்தப் படிமம் என்பது இருந்திருக்கிறது. படிமம் இல்லாமல் கவிதை எழுதுவதென்பது ரொம்பக் கஷ்டம். க.நா.சு.கூடப் படிமமே இல்லாமல் கவிதை எழுத வேண்டும் என்று முயன்றார். ஏதோ மினிமம் – என்ன வர வேண்டுமோ அது வந்தால் போதும், படிமத்திற்காக ஒன்றும் கவிதை எழுதக்கூடாது என்று நினைத்தார். படிமத்திற்காகவே யாரும் கவிதை எழுதவே முடியாது. அது இயல்பாக ஒரு கவிதைக்குள் வெளிப்படும். நீங்கள் சொல்கின்ற பிரமிளின் 'காற்றின் தீராத பக்கங்கள்' கவிதையெல்லாம் மொழிபெயர்ப்புத் தன்மையுடையவை. 'தீராத பக்கங்கள்' என்றால் அன்எண்டிங். இங்கிலீஷிலிருந்து பலப் பல மொழிபெயர்ப்புகள் தமிழில் வந்திருக்கின்றன. சில தொடர்கள் வந்திருக்கின்றன. அன்எண்டிங், எடர்னிட்டி, இதெல்லாம் மாதிரி வந்திருக்கிறது. இதெல்லாம் பெரிய இமேஜ் ஒன்றும் கிடையாது.

**இதில் படிமத்தன்மை இல்லை என்கிறீர்களா?**

ஆமாம், படிமத்தன்மை இதில் ஒன்றும் கிடையாது என்கிறேன்.

**இதில் இறக்குமதித் தன்மை இருக்கிறது என்கிறீர்களா?**

ஆமாம், இறக்குமதித் தன்மையாகத்தான் இருக்கிறது.

***எழுத்து* பத்திரிகைதான் புதுக்கவிதையின் முன்னோடி. ஆனால் *எழுத்து* பல குப்பைக் கவிதைகளையும் வெளியிட்டிருக்கிறது என்று பிரமிள் ஒரு பேட்டியில் குறிப்பிட்டிருக்கிறாரே?**

ஆமாம், பிரமிளையும் சேர்த்துப் பல குப்பைக் கவிதைகளை அது வெளியிட்டிருக்கிறது என்று சொல்ல வேண்டும். செல்லப்பா நிறைய கவிதைகளை வெளியிட்டாரே தவிர, கவிதை 'டேஸ்ட்' என்பது அவருக்குத் தெரியாது. இலக்கியத்தில் செல்லப்பாவின் பங்கு என்பது ரொம்பவே மகத்தானது. ஆனால் அதே அளவுக்குக் குறைபாடுடையதும்கூட.

**அப்போது *எழுத்தி*ல் பிரசுரமான கவிதைகளையெல்லாம் தேர்வுசெய்தது செல்லப்பா கிடையாது, பிச்சமூர்த்திதான் என்று பிரமிள் குறிப்பிட்டது?**

இவர்களே கட்டி விட்ட கதை அது. பிச்சமூர்த்திதான் புதுக்கவிதையின் முதல்வர். அவரே அவ்வியக்கத்தின் தந்தையென்று சொன்னவுடனேயே தன்னுடைய கவிதைகள் எல்லாம் அவரால் தேர்ந்தெடுக்கப்பட்டவை என்று ஒரு அங்கீகாரத்திற்காக, செல்லப்பாவிற்கு அந்தத் திறமை இல்லை, இன்னொருவர் தேர்ந்தெடுத்துச் செல்லப்பா வெளியிட்டார் என்று பிரமிள் மாதிரியான சிலர் சேர்ந்து கட்டி விட்ட கதை இது. உண்மையிலேயே பிச்சமூர்த்தி தேர்ந்தெடுக்கவில்லை. செல்லப்பாவே தேர்ந்தெடுத்தார். சொல்லப்போனால் நான்கூடத் தேர்ந்தெடுத்திருக்கிறேன். அவர் இதைப் படித்துப்பார் என்று சொல்லுவார். இது இது நன்றாக இருக்கிறது என்று கொடுத்தால் அதைப் போடுவார்.

**தமிழ்க் கவிதையில் பிரமிளின் பங்களிப்பு என்ன என்று உங்களால் மதிப்பிட்டுச் சொல்ல முடியுமா?**

பிரமிளின் கவிதைகள் எப்போது கவனிக்கப்பட்டன என்றால், 1970களுக்குப் பிறகு, அதாவது நான் வந்ததற்குப் பிறகு என்பதை நான் சொல்ல விரும்புகிறேன். ஏனென்றால் இத்தனை நாட்களாக நான் இதைச் சொல்லிக்கொண்டது கிடையாது. என்னுடைய கவிதைகள் வந்த பிறகுதான் புதுக்கவிதையில் புது நிலைமை வந்தது. அதற்கு ஓர் உயிர் வந்தது. அது உலகத்தைப் பார்க்கத் தொடங்கியது. அதற்கு முன்னால் அது தனித்து விடப்பட்டதாக இருந்தது. 1960களில் இவர்கள் புதுக்கவிதை செய்தபோது, தமிழ்நாட்டில் உள்ள அரசியல், சமுதாய நிலைமையைப் பற்றி இவர்களுக்கு எந்த அக்கறையும் கிடையாது. ஆனால் என்னுடைய கவிதைகளில் அப்போதே அது இருந்தது. என்னுடைய கவிதைகளுக்குக் கிடைத்த வரவேற்பை வைத்துதான் இவர்கள் தங்கள் கவிதையின் தன்மையை எல்லாம் மாற்றிக்கொண்டார்கள். பிரமிளுக்கு மட்டும் ஓர் இடம் என்று சொல்வது தவறு. பிரச்சார ரீதியாக

அவரை முன்வைத்தபோது வைதீஸ்வரன், சி. மணி என்ற இரு கவிஞர்கள் குறிப்பாகப் பங்களிப்புச் செய்திருக்கிறார்கள். ஆனால் அது இருட்டடிக்கப்பட்டது. பிற்காலத்தில் ஜாதிய அடிப்படையாகக்கூட அதைச் செய்தார்கள் என்று கேள்விப்படு கிறேன். பிரமிளைப் பற்றிச் சிறப்பாக ஒன்றும் சொல்ல வேண்டும் என்ற அவசியம் எனக்குக் கிடையாது. தமிழ்க் கவிதையில் எல்லோரும் பங்களிப்புச் செய்திருக்கிறார்கள், அவ்வளவுதான்.

**சி. மணியைப் பற்றிப் பேசுவதை ஒட்டி ஒரு கேள்வி. உங்களுடைய கவிதைகளில் சி. மணியின் பாதிப்பு இருப்பதாக ஒரு விமர்சனம் சொல்லப்படுகிறதே?**

அதுவும் ஒரு கட்டுக்கதை. என்னுடைய கவிதையின் தன்மை அவருடைய கவிதைகளில் இருந்ததால் அதை அப்படி மாற்றிப் போட்டுச் சொன்னார்கள். அதில் என்ன சிக்கல் என்றால், 'எழுத்து' பத்திரிகைதான் எல்லோரையும் வளர்த்தது என்று ஒரு கருத்தைச் சொல்லிக்கொண்டிருந்தார்கள். ஆனால் அப்படி இல்லை. அந்தப் பத்திரிகை நான் இல்லாததால், தனியாக வளர்ந்ததால் என்னை அதற்குள் அடக்குவதற்காகச் செய்த ஒரு முயற்சி அது. ஆகவே அதில் உண்மை இல்லை.

***கசடதபற*வில் உங்களுக்கு எதிராக ஒரு சதியே நடந்தது என்று சா. கந்தசாமி எழுதியோ பேசியோ இருந்தார். அது என்ன சதி?**

அவர்கூட சதி என்று குறிப்பிட்டிருக்கிறார். அப்புறம் இன்னொருவர்கூடக் குறிப்பிட்டிருக்கிறார் என்று நினைக்கிறேன். அதாவது நாங்கள் – கந்தசாமி, நான், ஐராவதம், என்.எம். பதி, நா. கிருஷ்ணமூர்த்தி, 'க்ரியா' ராமகிருஷ்ணன், மா. ராஜாராம், ஆர்.வி. சுப்ரமணியன், இப்படிப் பல பேர் இலக்கியத்தில் ஈடுபாடு உடையவர்களாக இருந்தோம். வயது குறைந்தவர்கள் நாங்கள். ஒரு பத்திரிகை எப்படி நடத்துவது, ஒரு புத்தகம் எப்படிக் கொண்டுவருவது என்பதெல்லாம் எங்களுக்கு அன்று தெரியாது. அப்படி ஓர் இளைஞர் முகாம் தனியாக வளர்ந்தது. அதற்கு 'எழுத்து' ஆதரவாக இல்லை. என்னுடைய கவிதைகளை அது வெளியிடவில்லை என்பது எல்லோருக்குமே தெரியும். அப்போது இந்தக் குழாத்தை எப்படி அடக்குவது என்று பார்த்தபோது 'எழுத்'தினால் பாதிக்கப்பட்டவர்கள் இவர்கள், 'எழுத்'தால்தான் இவர்கள் எல்லாம் எழுத வந்தார்கள் என்று ஒரு பிரச்சாரம் செய்தார்கள். உண்மையிலேயே 'மணிக்கொடி'க்குப் பிறகு 'கசடதபற'தான் இலக்கியப் பத்திரிகை. இடையில் வந்து போனதுதான் 'எழுத்து'. அதன் நோக்கம் ஒன்று, செய்தது ஒன்று. விமர்சனத்திற்காக ஆரம்பித்துப் பிறகு புதுக்கவிதைக்கு வந்தது.

பார்வையில் பூராவும் ஒரே குழப்பம் என்றுகூடச் சொல்லலாம். உதாரணத்திற்கு, பிச்சமூர்த்தி, பாரதிதாசன் காலத்தைச் சேர்ந்தவர், தேசிக விநாயகம் பிள்ளை, நாமக்கல் கவிஞர் வரிசையைச் சேர்ந்தவர். 1934இலேயே கவிதைகள் எழுதியவர். ஆனால் 1959இல் எழுத வந்த என்னோடுதான் 'சீட்' போட்டுப் பக்கத்தில் உட்காருகிறார். இடைப்பட்ட காலத்தில் சும்மா இருந்து, 1959க்குப் பிறகு அவர் மீண்டும் எழுத வந்ததால் என்னுடைய சமகாலத்தவர் மாதிரி ஒரு தோற்றத்தைக் கொடுத்தார். இது ஒரு தவறான பார்வைக்கும் கோளாறுக்கும் வழிசெய்துவிட்டது. அது மாதிரி 'எழுத்து' பத்திரிகை சார்ந்தவர்கள் ஒரு இளைய தலைமுறையாக உருவாகாமல் செல்லப்பா மாதிரி முதியவருக்குக் கீழ் இருந்ததனால் ஒரு பொய்யைச் சொன்னார்கள். அப்போது 'கசடதபற' போன்ற இளைஞர்கள் உள்ளே வரும்போது எல்லோரும் திரும்பினார்கள். ஒரு விதத்தில் பிரமிள், சி. மணி போன்றவர்கள் 'கசடதபற'வால் பாதிக்கப்பட்டவர்களே ஒழிய அவர்களால் நாங்கள் எவ்விதத்திலும் பாதிப்படையவில்லை.

**அது என்ன சதி, அதை விளக்குங்கள்.**

அது பற்றி நான் முழுமையாகக் கூறமுடியாது. என்னுடைய கவிதைகளை வெளியிடக்கூடாது என்று பிரமிள் ஒரு முயற்சி செய்தார். என்னுடைய தொகுப்பு வெளிவரக்கூடாது, அவரது தொகுப்புதான் முதலில் வெளிவர வேண்டும் என்று பலரிடம் சண்டை போட்டார்.

**பிரமிளும் நீங்களும் ஒரே அறை நண்பர்கள்தானே?**

ஆமாம். என்னுடைய அறையில்தான் அவர் தங்கியிருந்தார். அது ரொம்பவும் கசப்பான அனுபவம். சிலதை என்னால் சொல்லமுடியாது என்று வைத்துக்கொள்ளுங்கள்.

**சுந்தர ராமசாமி தன் நினைவோடையில் பிரமிளைப் பற்றி வண்டலான கசப்புணர்வுகளைப் பகிர்ந்துகொண்டதைப் போல நீங்களும் பேசலாமே?**

இல்லை. சுந்தர ராமசாமி அவரைப் பற்றி எழுதியதைவிட ரொம்பவும் மோசமான அனுபவங்கள் என்னுடையவை. அதை நான் சொல்லி ஒரு கவிஞனை அசிங்கப்படுத்த விரும்பவில்லை. இதையெல்லாம் அந்தக் காலத்தில் எழுதியவர்கள் வேறு யாரையாவது கேட்டால்கூடச் சொல்வார்கள்.

**உங்களுடைய தொகுப்பை, கவிதையைப் பிரமிள் வெளிவராமல் தடுக்க வேண்டிய காரணம் என்ன?**

அதன் பாப்புலாரிட்டிதான் காரணம். இமிடியேட்டா உடனே எல்லோருக்கும் அது பிடித்தது. எல்லோரும் என்னைப் பார்க்க வந்தார்கள். ஏராளமான கவிஞர்கள் என்னைத் தொடர்பு கொண்டார்கள். இப்படி முதல் தடவையாகக் கவிதையைப் பற்றிய காரசாரமான ஒரு விமர்சனத்தை அது உண்டாக்கியது. இதையெல்லாம் அவரால் சகிக்க முடியவில்லை. அவரைப் பற்றித்தான் எல்லோரும் பேச வேண்டும், எழுத வேண்டும் என்று அவர் விரும்பினார். அதுதான் காரணம்.

**தொடக்கத்திலிருந்து உங்களுடைய கவிதைகள் திராவிட அரசியலுக்கு எதிரானவையாக சொல்லப்பட்டிருக்கின்றன. அப்போது நீங்களும் சில எதிர்க் கருத்துகளைச் சொல்பவராக இருந்தீர்கள். ஆனால் சமீப காலமாக திராவிட அரசியலுடன் நீங்கள் இணைந்துபோவதாக ஒரு தோற்றம் கிடைக்கிறது. இந்த அரசியல் குறித்துப் பேசுங்களேன்?**

நீங்கள் முதலில் குறிப்பிட்டது ஒரு சின்ன அரசியல் என்று வைத்துக்கொள்வோம். நான் வளர்கின்ற காலத்தில் தமிழ்நாடுதான் எனக்கு முக்கியமாக இருந்தது. தமிழ்நாடு, தமிழ் மொழி என்பதே எனக்கு முக்கியமாகப் பட்டது. ஆனால் அந்தக் காலத்தில் திராவிட இயக்கம் வளர்ந்தபோது தமிழ்நாடு திராவிட நாட்டில் ஒரு பகுதி. இப்போது திருமாவளவன்கூட ஒரு பேட்டியில் சொல்லியிருந்தார். அதாவது, திருப்பதி, தேவிகுளம், பீர்மேடு, ஓசூர் எல்லாம் தமிழ்நாட்டுடன் சேரவேண்டும் என்று ஒரு போராட்டம் அன்று நடந்தது. தமிழ்நாட்டிற்குச் சென்னையைத் தருவதா, திருப்பதியைத் தருவதா என்று கேள்வி எழுந்தது. அப்போது அறிஞர் அண்ணா 'திருப்பதி திராவிட நாட்டுக்குள்ளாகத்தான் இருக்கும்' என்றார். நமக்கு இப்போது தெரியும், அது திராவிட நாட்டுக்குள்ளாக இல்லை என்பது. தமிழ்நாட்டின் எழுச்சிக்கும் வளர்ச்சிக்கும் எதிரான ஒரு இயக்கமாகத் திராவிட தேசியம் பேசப்பட்டது. அதனால் அதை நான் விமர்சனம் செய்தேன். ஆனால் என் கவிதையில் அந்த விமர்சனம் கிடையாது. அப்படி இருப்பதாக வேண்டுமென்றே பிரச்சாரம் செய்யப்பட்டது. திராவிட இயக்கத்தின் அனுதாபிகள் இலக்கியத்தில் ஊடுருவல் செய்திருக்கிறார்கள். முதலில் வலதுசாரி, கம்யூனிஸ்ட் நண்பர்கள் தீவிர இலக்கியத்தின் நண்பர்களாக இருந்தார்கள். அவர்களோடு விவாதம் செய்திருக்கிறார்கள். அப்போது எல்லாம் வெளியில் இருந்த தி.மு.க. அனுதாபிகள் பிறகு இலக்கியத்தில் ஊடுருவல் செய்தார்கள். இப்படி ஒரு கருத்தைத் திணித்தார்கள். திராவிடம் என்று ஒரு மொழிக் குடும்பம் இருக்கிறது. அதை யாரும் மறுக்க முடியாது. வேறு

விதமாக இந்தத் திராவிட இயக்கம் செய்யப்பட்டிருக்க வேண்டும் என்பது என்னுடைய கருத்து.

நான் ம.பொ. சிவஞானத்தின் தமிழரசுக் கழகத்தில் நேரடியாகத் தொடர்பும் அவருடன் பழக்கமும் வைத்திருந்தேன். அப்போது நாங்கள் சொன்ன பல கருத்துக்களையெல்லாம் இப்போது தி.மு.க. சொல்கிறது. அதனால் இவர்கள் பேசிய திராவிடம் என்பது தப்பாகப் போய்விட்டது. தமிழ் மொழியிலிருந்துதான் தென்னிந்திய மொழிகள் பிறந்தன என்பது ரொம்பத் தப்பான கருத்தாகப் போய்விட்டது. தமிழிலிருந்துதான் தன்னுடைய மொழி பிறந்தது என்று சொல்லும்போது தெலுங்குக்காரனின் சுயமரியாதை ஏற்றுக்கொள்ள மறுக்கிறது. கன்னடமும் மலையாளமும் அப்படித்தான். அப்போது என்ன செய்தார்கள் என்றால், தமிழ் உள்ளிட்ட திராவிட மொழிகள் எல்லாம் ஒரு மூல திராவிட மொழியிலிருந்து தோன்றின என்பதைப் போட்டுத் தமிழுக்குள்ள மதிப்பைக் குறைத்துவிட்டார்கள். இப்போது தமிழ் வேறு, திராவிடம் வேறு என்பதுபோல் ஆகிவிட்டது. இவர்கள் செய்த சிக்கலால் இப்படி ஆனது. உண்மையில் தமிழும் திராவிடமும் ஒன்று. தமிழ் என்ற சொல்தான் சமஸ்கிருதத்தில் திராவிடம் என்று குறிக்கப்படுகிறது. இவர்கள் செய்த அரசியலின் விளைவால் இரண்டும் வெவ்வேறாகப் போய்விட்டது. பெயரிடப்படாத திராவிட மொழியிலிருந்து தமிழ் உள்ளிட்ட மற்ற மொழிகள் வளர்ந்தன என்று ஆகிவிட்டது. இது நமக்கு வந்த பெரிய இழப்பு.

**கால்டுவெல்லின் ஆராய்ச்சி நூல்கள் தமிழ்தானே மூலமொழி என்று சொல்கின்றன?**

இப்போது தமிழ்தான் மூலமொழி என்பது மறந்துபோய் விட்டது. அதற்கு அடுத்த கட்டமாகத் திராவிடம் என்று ஒரு மொழி இருந்தது, அது பெயர் தெரியாத ஒரு மொழி, அதிலிருந்து கூடுதலான சொற்களைத் தமிழ் எடுத்துக்கொண்டது என்று சொல்ல ஆரம்பித்திருக்கிறார்கள். தமிழ் மற்ற தென்னிந்திய மொழிகளுக்குத் தாய் அல்ல என்று பிராந்திய மாநிலத்துக்காரர்கள் சொல்லத் தொடங்கியிருக்கிறார்கள்.

**இதற்கு வரலாற்றுப்பூர்வமான ஆதாரம் அவர்களிடம் உள்ளதா?**

அந்த அந்த மாநிலத்திற்குப் போனால் அவரவர்கள் ஓர் ஆதாரத்தைக் காட்டுகிறார்கள். ஆந்திராவில் ஒரு அறிஞர் ஆந்திர மக்களே மற்ற இந்திய மக்களிடமிருந்து வேறுபட்டவர்கள் என்று ஆராய்ச்சி செய்து சொல்கிறார். இப்படி விபரீதமான ஆராய்ச்சிக்குத்தான் திராவிடம் போயிருக்கிறது. என்னுடைய

கவிதையில் திராவிடக் கட்சியை எதிர்ப்பதெல்லாம் கிடையாது. புதுப்புதுப் பாத்திரங்களை எடுத்துச் சொன்னேன், அவ்வளவுதான்.

**திராவிட அரசியல் பிராமணீயத்தை எதிர்ப்பதால்தான் நீங்கள் திராவிடத்தை எதிர்க்கிறீர்களா?**

பாரதிதாசனை என்ன சொல்வீர்கள்? அவர் 'ஆரியனாக நான் பிறக்காமல் இருந்ததற்கு சந்தோஷப்படுகிறேன்' என்று எழுதியிருக்கிறார். இன்னொருவர் ஸ்ரீரங்கம் கோயிலை இடிக்க வேண்டும் என்று எழுதினார். அவையெல்லாம் பக்குவமான கருத்துக்களா? காட்டுமிராண்டித்தனமான கருத்துக்கள் எல்லாம் திராவிட இயக்கத்திலிருந்து வந்தால் மட்டும் பொன்னான கருத்துக்களாகிவிடுமா?

**அப்போது பிராமணர் என்பதால் நீங்கள் இதை எதிர்க்கவில்லை?**

பிராமணன் என்ற முறையில் நான் செய்ய வேண்டிய சடங்குகள், சம்பிரதாயங்கள் எல்லாவற்றையும் செய்கிறேன். அதற்கும் மற்றதற்கும் சம்பந்தம் இல்லை. பிராமணம் என்பது இஸ்லாம், கிறிஸ்துவம், பௌத்தம் மாதிரி இந்தியா முழுவதும் பரவியிருக்கின்ற ஒரு மதம். அது ஜாதி அல்ல.

**உங்களுடைய கவிதையில் சர்ரியலிசத் தன்மை இருப்பதாகத் தெரிகிறதே?**

உண்மைதான். வாழ்க்கையில் சில பிரமைகள், பயங்கள், கனவுகள் ஏற்படுகின்றன. கனவு பற்றி ஆராய வேண்டிய கட்டாயம் எனக்கு உண்டானது. நிஜம் போலவே இருக்கிறது என்றும் அது ஏற்படுத்துகின்ற உருவங்கள், பயங்களை ஆராயத் தொடங்கினேன். முதலில் அந்த மொழி புரியவில்லை. பிறகுதான் புரியத் தொடங்கியது. அதை வைத்து எழுத நினைக்கின்றபோது ஃப்ராய்டைப் பற்றிக் கேள்விப்பட்டுப் படிக்கத் தொடங்கினேன். நனவிலி மனம் பற்றித் தெரிந்துகொண்டு எழுத ஆரம்பித்தேன். என்னுடைய கவிதை சர்ரியலிசத்திலிருந்து பிரிக்கமுடியாத ஒரு அனுபவ வினை.

# "ஒரு மொழிக்கு 50 வருஷம் என்பது மிகக் குறைந்த காலம்"

*(காலச்சுவடு நவம்பர் 2009 இதழில் வெளிவந்த நேர்காணல் சந்திப்பு : குவளைக்கண்ணன்)*

O

**புதுக்கவிதைன்னு பேர் வந்து ஐம்பது வருஷம் ஆகுது. இது ஏன் கொண்டாடப்படணும்னு நினைக்கிறீங்க?**

தமிழ் இலக்கியத்துல பெரிய இயக்கங்கள் நடந்திருக்கு. சங்க இலக்கியம்னு சொல்றோமே அதெல்லாம் இயக்கமாத்தான் ஆரம்பிச்சிருக்கு, ஆனா யாரு அதை ஆரம்பிச்சாங்கன்னு தெரியாது. குறிப்பு உள்ளடக்கமெல்லாம் வெண்பாவுலதான் எழுதத் தொடங்கியிருக்காங்க. அப்புறம் ஆசிரியப்பாவுல எழுதறாங்க, அத ஏன் செஞ்சாங்கன்னு தெரியாது. அப்புறம் சங்க இலக்கியம் நலிவடைஞ்சு பக்தி இலக்கியம் தோன்றுது. அதை யார் தொடங்குனாங்கன்னும் உறுதியாச் சொல்ல முடியாது. அதுக்கப்புறம் நவீன காலத்துல தாயுமானவர்கிட்ட உள்ளடக்க மாறுதல் வருது. அது ஒரு இயக்கமா மாறல. அதுவும் பக்தி இலக்கியத்தோட சேர்ந்திருது. அப்புறம் 1800களில் ஆங்கிலேயர்கள் வந்து ஒரு காரியம் பண்ணாங்க. அவங்களோட நோக்கம் நம்மோட இலக்கியங்களை அவமானப்படுத்தறது. நம்மோட இலக்கிய மதிப்பை இழக்கச் செய்வது அவங்களுக்கு முக்கியமான நோக்கமா இருந்தது. அவங்க அத வெற்றிகரமா

செஞ்சாங்க. தேசிய இயக்கம் வந்தபோது நம்ம இலக்கியத்துக்கு மறுபடியும் மதிப்பு வந்தது. தேசிய அரசியல் இயக்கமா கலை இலக்கியம் மாறி நம்பிக்கை தரக்கூடிய மறுமலர்ச்சி இயக்கமா ஆவதைப் பாரதியார் கிட்ட நாம பாக்குறோம். ஆனா அதுவும் ஒரு கட்டத்தோட நின்னுபோச்சு. பாரதியார் ஒரு கவிஞரா இந்தப் புதிய கருத்துகளச் சொல்ல முடிஞ் சுதே தவிர, ஒரு இயக்கமா மற்ற மொழி இலக்கியங்களுக்கு நிகரான இலக்கிய முயற்சிகளத் தூண்டக்கூடியதா அந்தப் போக்கு வரல. தன்மானத்த மீட்டுக்கொடுத்ததோட புதிய இலக்கியத்தைப் படைக்க என்னென்ன செய்யணுமோ அதைச் செய்யுறதுதான் தமிழ் நவீன இலக்கியத்தோட தொடக்கம் – அது சிறுகதையானாலும் நாடகமானாலும் கவிதையானாலும்.

கவிதைன்னு வரும்போது அப்போ திராவிட இயக்கம் உதிக்குது. திராவிட இயக்கத்தின் கொள்கைகள் கிட்டத்தட்ட பிரிட்டிஷ் கொள்கையை ஒட்டி இருந்தன. நம்ம கலை இலக்கியங்கள் மேல நமக்கு மதிப்பு குன்றச் செய்யறது, அவற்றால நமக்குப் பிரயோஜனம் இல்லை, நமக்கு அவமானமே தவிர வேறொண்ணுமில்ல அப்படிங்கற கருத்த அறிமுகம் செய்தது. அப்ப அதிலிருந்து மீள வேண்டிய அவசியம் நமக்கு ஏற்பட்டது. படைப்பிலக்கியம்னு ஒண்ணு கவிதையில் செய்யப்பட வேண்டிய அவசியம் ஏற்பட்டபோது, அதற்குத் தடையா இருந்த விஷயம் இலக்கணம். யாப்பிலக்கணம். அது பாரதியார் காலத்திலேயே நவீனத்துவம் ஆகிட்டுது. நமக்கு வால்ட் வில்ட்மன் தெரிஞ்சுட்டுது. ஃப்ரெஞ்ச் இலக்கியம் தெரிஞ்சுது. கவிதைங்கிறது யாப்பில்லாமயும் படைக்கலாம் அப்படின்னு தெரிஞ்சுது. எலியட்டோட கருத்துகள் நமக்கு வந்தன. இதை உணர்ந்தது முதல்ல பாரதியார், பிறகு பிச்சமூர்த்தி, கு.ப. ராஜகோபாலன். அந்தக் கட்டத்துல வசன கவிதைன்னு ஒண்ணு இந்தியா முழுவதும் வர ஆரம்பிச்சிட்டுது. அந்த வசன கவிதையைப் பிச்சமூர்த்தியும் கு.ப.ரா.வும் 1934இல் எழுத ஆரம்பிச்சாங்க. இப்போ எழுபது வருஷம் ஆயிருச்சு. இடையில அவங்க வசன கவிதை எழுதுறத விட்டுட்டாங்க. அப்புறம் மேற்கத்திய இலக்கியத்துக்கு ஈடுகொடுக்கக்கூடிய ஒரு இயக்கம் நம்மிடையே இல்லாமல் போயிருச்சு. புதுக்கவிதைங்கிற பேர்ல நம்முடைய கவிதைகள் இனிமே இப்படி இப்படி இருக்கணும் அப்படிங்கிற ஒரு அறிக்கையைத் தயாரிச்சாங்க. முதல் தடவையா தமிழிலக்கியத்துல ஒரு அறிக்கையை வெளியிட்ட இயக்கம் தோன்றியது அதிசயமான ஒரு நிகழ்வு. 1958இல் க.நா.சு. அதைச் செஞ்சாரு. புதுக்கவிதைங்கிற பேரே உலக இலக்கியம் தொடர்பானது. புதுசுங்குற சொல் டபிள்யூ.ஹெச். ஆடன்

கொண்டுவந்தது. நியூ சிக்னேச்சர். இடதுசாரி தொடர்பான 'நியூ'ங்கிறது, அதையொட்டிப் புதுக்கவிதைன்னு க.நா.சு. செஞ்சாரு. வசனம் வேற, கவிதை வேற என்ற விமர்சனங்களை அது ஏற்படுத்தியது.

1958ல புதுக்கவிதை அறிக்கையோட இடதுசாரி சார்புடைய 'சரஸ்வதி'ல க.நா.சு. அந்த இயக்கத்த ஆரம்பிச்சு வச்சாரு. 59ல எழுத்து மூலமா அது பரவ ஆரம்பிச்சுது. தமிழிலக்கிய வரலாற்றில் மிகப் பெரிய இயக்கத்தைப் புதுக்கவிதை செய்ததால் அதை நாம் கொண்டாட வேண்டிய கடமை இருக்குது. பெருமைப்பட வேண்டிய அவசியம் இருக்குது. அதுக்குக் காரணம், சிற்றிதழ்கள்தான் புதுக்கவிதையைக் கண்டு பிடிச்சது, உருவாக்கியது, அரசியல் சார்பற்ற, மத, சமய சார்பற்ற ஒரு இலக்கியத்தை, வெளியை உருவாக்கி கலை இலக்கியக் கருத்து களைப் புதுமைப்படுத்தியது. அந்த மாறுதலோட சின்னம்தான் புதுக்கவிதை.

### தமிழுக்குப் புதுக்கவிதை என்ன பண்ணியிருக்கு?

புதுக்கவிதை சம காலத்த அப்படியே பிரதிபலிச்சிருக்கு. இன்று வரை புது விஷயம் உள்ள வர்றதுக்குப் புதுக்கவிதை திறந்துவைத்த கதவுகள் அப்படியே இருக்கு. அரசியல் கட்சிகள்லகூடப் புதுக்கவிதை எழுதுற குழுவும் மரபுக்கவிதை எழுதுற குழுவுமா இருக்கு. ஒரு புதிய உணர்வைப் புதுக்கவிதை உருவாக்கியிருக்கு. நாடகம், சிறுகதை எல்லாத்துக்கும் சேர்த்ததான ஒரு பொது அடையாளம் புதுக்கவிதை. அந்தந்தக் காலத்துல எது புதுசோ அது புதுக்கவிதைன்னு க.நா.சு. சொல்லியிருக்காரு.

### புதுக்கவிதை வந்தப்புறம் மொழி என்ன ஆகியிருக்கு? மொழிக்குப் புதுக்கவிதை இயக்கம் என்ன செய்திருக்கிறது?

புதிய புரட்சியை உண்டுபண்ணியிருக்கு. புதிய சொல்லாக்கங்கள் உருவாகியிருக்கு. புதிய சொல்லாக்கங்கள் புதிய பொருளைக் குறிக்கிறது. அந்தப் புதுப் பொருள் காலத்தின் அடையாளம். இப்போ குறுஞ்செய்தி கைபேசியெல்லாம் கவிதைல வருது. இது மரபுல சாத்தியமே இல்லை. புதுக்கவிதைல சந்தம் இல்லாததுனால எந்தச் சொல்லையும் நீங்க கவிதைக்குள்ள கையாள முடியும். சந்தம் இருந்தபோது சொற்களப் பயன்படுத்தறதுல நிறையக் கட்டுப்பாடுகள் இருந்தன. அதுல இருந்து விடுபட்ட புதுக்கவிதை ஒரு புதிய கலாச்சாரத்தைக் கொண்டுவந்திருக்குன்னும் சொல்லலாம். ஒரு பொது தளத்தில் சந்திக்க முடியணும். உங்க மத நம்பிக்கை வேறயா இருக்கலாம், அரசியல் ஈடுபாடு வேறயா இருக்கலாம், உங்க சினிமா வேறயா

இருக்கலாம். ஆனா புதுக்கவிதைன்னு வரும்போது நாம சந்தித்துப் பேச முடியுது. நமக்கு ஒரு பொது வெளி கிடைக்குது.

**அதாவது எழுதுறவங்களுக்கு, வாசிக்கிறவங்களுக்கு, ஆர்வம் உள்ளவங்களுக்கு மட்டுமான பொது வெளி.**

ஆமா, இலக்கியத்துக்கு ஒரு சமுதாயம் இருக்கு, இல்லையா?

**இதுக்கு அப்பாற்பட்டு, தி.க. இருந்தது. தி.மு.க.ன்னு ஒரு கட்சி வருது. தமிழ் காட்டுமிராண்டி பாஷைன்னு சொன்னதெல்லாம் அவங்கதான். அப்புறம் தி.மு.க.ன்னு அரசியல் கட்சியா வரும்போது தமிழக் கொண்டாடுறாங்க. அப்படித்தான் அரசியலுக்கே வர்றாங்க. அங்க மாற்றம் வருது இல்லியா? இந்த மாதிரி என்ன மாற்றம் இங்க வந்தது?**

நவீனமாக ஆக மறுத்ததால காட்டுமிராண்டி பாஷைன்னு பெரியார் சொன்னார். அவர் பாஷைல அவர் தீவிரமாப் பேசுவாரு. இது பழசா இருக்கு, புதுசா ஆக மாட்டேங்குதுங்கிறதுதான் அவரோட கோபம். அவருடைய பாஷையேகூட மேடையில் சாதாரணமா பேசுற பாஷைதான். எழுதுகிற பாஷை பழங்கால பாஷை. அதை நவீனமாக்க அவரால முடியல. அதனால அந்த பாஷை காட்டுமிராண்டி பாஷைன்னு சொன்னார். பிற்பாடு தி.மு.க. வருது. அதுக்குத் தமிழ்லயெல்லாம் ஆர்வம் கிடையாது. தி.மு.க. தமிழப் பத்தி பேசுச்சே தவிர தமிழுக்கு உருப்படியான காரியம் எதுவும் செய்தது கிடையாது. புதுமைப்பித்தனை எடுத்துக்கங்க, இப்ப நான் படிச்சேன். அனாதையாய்க் கிடந்த தமிழ் எழுத்தாளர்ன்னு சுந்தர ராமசாமி எழுதியிருக்கார். அப்ப தி.மு.க. இருந்தது. அதுக்கு ஏதாவது அக்கறை இருந்திருந்தா புதுமைப்பித்தனைப் பற்றிப் பேசியிருக்கணும், ஏதாவது செஞ்சிருக்கணும், இல்லையா? பாரதியார் மகாகவியா இல்லையான்னு அடிச்சிக்கிட்டாங்க. அப்ப தி.மு.க.வுல இருந்த யாராவது ஏதாவது கருத்து சொன்னாங்களா? தி.மு.க.வுக்கு பாரதி மேல் ஏதாவது அக்கறை இருந்ததா? தமிழ்க்குடிமகன்னு ஒரு அமைச்சர் இருந்தாரு. சுந்தர ராமசாமிக்கு ஏன் விருது கொடுக்கப்படலைன்னு கேள்வி எழுப்பியபோது அவர் சொல்றாரு, சில பேருக்கு சுந்தர ராமசாமி பெரிய எழுத்தாளரா இருக்கலாம், தமிழக அரசு பார்வைல அப்படி இல்லாமல் இருக்கலாம் அப்படின்னு சொல்லியிருக்காரு. ஆனால் இதை உடைக்கிற ஒரு சமுதாயத்தை, பார்வையைப் புதுக்கவிதை அந்தக் கட்சிக்குள்ளயும் உருவாக்கிச்சு. தி.மு.க.வின் பழைய தமிழ்க் கொள்கை பிரச்சாரத்துக்குப் பயன்பட்டதே தவிர நவீன இலக்கியம் உருவாகப் பயன்படல. புதுக்கவிதை உருவான

பிறகுதான் புதிய தலைமுறையும் உருவானது. கட்சியின் கோட்பாட்டை அடுத்த தலைமுறை உணரத் தொடங்கியது.

**க.நா.சு. அறிக்கையோட வெளிப்பட்ட அன்றைய புதுக்கவிதைக்கும் இப்போ உள்ள புதுக்கவிதைக்கும் என்ன மாற்றத்தை உணர்றீங்க?**

க.நா.சு. புதுக்கவிதைன்னு பேர் வச்சதும் 59ல பிச்சமூர்த்தியோட 'பெட்டிக்கடைக்காரன்' கவிதை மறுபிரசுரம் ஆச்சு. புதுசா எழுதல. 58ல புதுக்கவிதைன்னு வச்சு க.நா.சு. 'சரஸ்வதி'யில விவாதத்தத் தொடங்குன உடனே தற்செயலா தோன்றிய 'எழுத்து' பத்திரிகை அதை சுவீகரித்தது. புதுக்கவிதை பற்றிய க.நா.சு.வின் கருத்து புரட்சிகரமானது. அவர் அறிக்கையில் சொன்னதவிட எழுதிக்காட்டியது அதிகம். அவரோட கவிதைகளைப் படிச்சீங்கன்னா அது இன்னும் புரட்சிகரமானதுங்கறது தெரியும். க.நா.சு. பிச்சமூர்த்திக்குக் கொஞ்சம் பிந்தியவர். அவர் புரட்சி பண்ணனும்னு விருப்பப்பட்டவரல்ல. இதை 'எழுத்து' பத்திரிகை மற்றும் எல்லோரோடயும் தொடர்புள்ள கனகசபாபதியும் அவரோட கட்டுரையில் குறிப்பிட்டிருக்காரு. உதாரணத்துக்கு, பிச்சமூர்த்திக்கு சிகரெட் பிடிக்காது. அது நவீன காலத்து அடையாளம். சிகரெட் பிடிக்கிறது, மீசை வச்சுக்கிறது எல்லாம் 50, 60களில் புதுமையான விஷயம். பல சமூகங்களில் மீசை வச்சுக்கிறது, பேண்ட் போடுறது கணுக்காலுக்குக் கீழே வேட்டி கட்டுறது எல்லாம் அனுமதிக்கப்பட்டதில்லை. அப்படி ஒரு சமூகம் இருந்தது. பிச்சமூர்த்தியோட கவிதை இதை அங்கீகரிக்கல. ஆனா க.நா.சு. எல்லாவிதமான புரட்சிகளையும் புதுமைகளையும் அங்கீகரித்தவர்.

**தமிழ்க் கவிதையோட போக்குல க.நா.சு. காலத்துக்கும் இப்போ உள்ள போக்குக்கும் என்ன மாற்றமிருக்கு?**

க.நா.சு. கவிதைகளில் தென்பட்ட புரட்சிகரமான கூறுகளோட விரிவடஞ்ச போக்குதான் இப்போ உள்ள கவிதைகள்னு சொல்லலாம். பிச்சமூர்த்தி நவீனத்துவத்தை ஏத்துக்க விரும்பாத ஒரு கவிதையை விரும்புறாரு. பாலியல் ரீதியிலான சுதந்திரம், சுய பாலின ஈர்ப்பு போன்ற விஷயங்களைப் பேசற கவிதைகளை அவங்க விரும்பல. புதுக்கவிதையிலயும் ஒரு வைதீகக் குழுவும் அதற்கு எதிரான அவைதீகக் குழுவும் இருக்கு. இன்னிக்குக் கவிதையில் இந்த அவைதீகக் குழுதான் இருக்கு. பழமைய மறுதலிச்சு உருவாகறதுதான் புதுக்கவிதையோட சித்தாந்தமே. பொலிடிக்கலா பார்த்தா அவைதீகம், அதாவது மரபை மீறுதல்தான் க.நா.சு.வுக்குப் பிடிச்சது. நீங்க பழமைய

மறுக்கறவரா, மீறுகிறவரா இருக்கும்போதுதான் உங்க படைப்புச் செயல்பாட்டுல ஜீவன் இருக்கும்.

**ஆரம்பம்னு பிச்சமூர்த்தியை எடுத்துக்கிட்டா எட்டு பத்துப் பேரு முக்கியமானவங்க. ஏன்னா அந்த மாதிரி கவிதைகள் தமிழ்ல அதுக்கு முன்னாடி இல்ல. சி.மணி, நீங்க, பிரமிள், நகுலன், சுந்தர ராமசாமி, தேவதச்சன், ஆனந்த், ஆத்மாநாம், பிரம்மராஜன், கலாப்ரியா இவங்க வரைக்கும் நாம் வச்சுக்கலாம். இதுக்கு அப்புறம் ஒரு தலைமுறை வருது. இவங்க என்னவெல்லாம் முயற்சி பண்றாங்க? புதுக்கவிதையில இன்னும் சொல்லப்படாத விஷயங்கள் என்ன?**

தொட்ட பிற்பாடுதான் இது தொடக்கூடாத விஷயம், தொட்டுட்டாங்கன்னு தெரியுது. அதுவரைக்கும் நமக்குத் தெரியாது. ஒரு பெண் தன் பாகத்தைத் தொட்டுப் பார்க்குறது கவிதைல ஒரு ஆச்சரியமான விஷயம். இப்ப சல்மா கவிதைல ஒரு பெண்ணுக்கு ஒரே ஒரு முடி முகவாயில் வளருது. இதெல்லாம் தொடக்கூடாத இடங்கள். பெண்ணுன்னா சந்திரவதனம் நமக்கு. அவங்களுக்கு ஒரு முடி வளரும் அவஸ்தை சொல்லப்பட்டிருக்கு. ஆனா புதுக்கவிதைல இது எல்லாத்துக்கும் திறந்துவிட்டாச்சு. இந்தியக் கவிதைகள்ல சில வெளிநாட்டுக் கவிஞர்களின் தாக்கம் இருப்பதை அவதானிப்புச் செய்யலாம். பாப்லோ நெருதாவோட பாதிப்பு, லிரிக்ல வெஸ்டர்ன் பாதிப்பு இருக்கு. இயலுக்கும் இசைக்கும் நடுவில், கவிதைக்கும் பாட்டுக்கும் நடுவில் பாரதியார் கவிதைகள் போல. அதைக் கண்டுபிடிச்சது பாரதியார்னு சொல்லலாம். ரெண்டுக்கும் பொதுவா இருக்கும். கம்பர் பண்ணியிருக்காரு. இப்போ உள்ள கவிதைகள் பாடலாகிருச்சு. ஒரு பிரச்சினை என்னன்னா கவிதைகளின் தீவிரத் தன்மை குறையுது. தனித்தன்மை கொண்ட ஒரு குழு உருவாக வாய்ப்பிருக்கு. 'காலச்சுவடு'ல வர்ற கவிதையும் 'தினமல'ரில் வர்ற கவிதையும் ஒண்ணான்னு கேட்டா இல்லன்னு சொல்லலாம். ஆனா இன்னொரு விதத்தில அப்படியெல்லாம் சொல்ல முடியாது. 'காலச்சுவடு', 'உயிர்மை'ல வர்றதுதான் கவிதை, 'தினமல'ரில் வர்றது கவிதையில்லன்னு சொல்ல ஒரு விமர்சகன் உருவாகணும். இப்ப நிறைய பேர் இருக்காங்கன்னு சொல்லலாம். கவிதை இயக்கம் வரும்போது பல வெளிநாடுகளில் பல்கலைக்கழகத்திலதான் நடக்கும். அவங்களே மாணவர்களுக்குப் பணம் கொடுத்துப் பத்திரிகையெல்லாம் நடத்தச் சொல்லுவாங்க. நாம அடிமைப்பட்ட நாடா இருந்ததால படிக்கறவங்க எண்ணிக்கை ஆரம்ப காலத்துல ஐம்பதுக்கு அதிகமா இல்லாததால இயக்கம் பல்கலைக்கழகத்துக்கும் தமிழ்த் துறைக்கும் வெளிய நடந்தது. பல்கலைக்கழகத்தில்

பேராசிரியர்களும் இதில் ஈடுபாடு காட்டும்போது வேறொரு பிரிவு உருவாகும்.

**பெரிய பேராசிரியர்கள் தமிழ்க் கவிதைக்குப் பங்களிப்பு செய்தார்களா?**

இல்ல. பங்களிப்புன்னு இல்ல. அவங்க புகுந்து மாணவர் களுக்கு வேற ஒண்ணக் காமிப்பாங்க. இதுதான் நவீன இலக்கியம்னு சொல்வாங்க.

**இன்னிய வரைக்கும் தமிழ்ப் பல்கலைக்கழகப் பாடத்திட்டங்களில் புதுக்கவிதைகள் அநேகமா இல்ல. அவங்களுக்கு எளிமையாத் தெரியும் அப்துல் ரகுமான் வகையைத்தான் வச்சிருக்காங்க, ஆசிரியர்கள் சுலபமா குறிப்புரை கொடுத்துருவாங்க. ஆங்கிலத்தில் டி.எஸ். எலியட்டெல்லாம் பாடமா வச்சிருக்காங்களே? இங்கே என்ன தடையிருக்கு?**

பண்பாட்டப் பத்தி அவங்களுக்கு ஒரு கருத்து இருக்கு.

**இங்கே தமிழ்ல இருக்கா?**

ஆமா. மேல்மட்டத்துல இருக்குறவங்களுக்கு ஒரு கருத்து இருக்கு. அதுக்கு எதிரா மக்கள்ட்ட இருக்குற கருத்த இலக்கியத்துல பிரதிபலிக்க விடமாட்டாங்க.

தமிழ்த் துறையாளர்கள் பெரும்பான்மையானவர்கள் கலாச்சாரத்தைப் பாதிப்பில்லாம பாத்துக்கிடணும்னு நெனைக்கிறாங்க. தமிழ் இலக்கியத்துலகூடக் கைக்கிளைத் திணை, பெருந்திணை, அதாவது வயதில் குறைந்த ஆண்மீது ஆசைகொள்வது, மறுமணம் போன்றவற்றைத் தேட வேண்டியிருக்கு. பெண் ஆசைப்பட்டாங்கிறத ரொம்ப மறைமுகமாத்தான் சொல்லுவாங்க. அவையெல்லாம் இலக்கியத்தில் ஏற்புடையதல்ல. புதுக்கவிதையில் அதெல்லாம் ஏற்புடையது. 'மதுரை மீனாட்சி அம்மன் கன்னிமை கழியும்போது' அப்படின்னு க.நா.சு எழுதினாரு. பயங்கரமான எதிர்ப்பு, கண்டிப்பு. நாம் கண்டுகொள்வதில்லை. நம்ம சமூக அமைப்பு சில உதவிகள் செய்து தப்பிச்சுப் போகவைத்தது. அதனால இந்த வகை கவிதைகள உள்ள வர விடாமத்தான் வச்சிருக்காங்க. புதுக்கவிதைல நவீன இலக்கியத் தாக்கம் வராம பாத்துக்குவாங்க. இத ஆதரிக்கிற பேராசிரியர்கள் யாராவது இருந்தா அவங்களச் சேர்க்கமாட்டாங்க. சங்க இலக்கியத்துல பச்சையா மாமிசம் சாப்பிடுற ஒரு சம்பவம் இருக்கு. இன்னிக்கும் அந்தச் சமூகம் இருக்கு, ஆனா அதப் பத்தி நம்ம இலக்கியம் பேசல. கவிதைல சொல்லல.

**இன்னிக்கு எழுதப்படுற கவிதைகளை, எல்லாச் சிறுபத்திரிகைகளிலும் வர்ற கவிதைகளை நீங்க எப்படிப் பாக்குறீங்க?**

ஆழம் அதிகமா இருக்கு. எடுத்துரைப்புச் செய்து சொல்லக் கூடிய துறை வளரல. சின்னச் சின்ன மதிப்புரைகள்தான் வருதே தவிர அதையும் கவிஞர்களே பண்ணிக்கிடறாங்க. அது பெரிய துரதிர்ஷ்டம். மற்றபடி கவிதைகள் ரொம்ப ஆழமுள்ள கவிதைகள்தான் வந்துட்டிருக்கு.

**இந்த ஐம்பது வருஷத்த வளர்ச்சின்னு சொல்ல முடியுமா?**

அசுர வளர்ச்சி. அது தமிழ் மொழியின் சக்தின்னு சொல்லணும். தமிழ் மொழியோட ஆத்மா இருக்கே, அது எப்போதும் 'தளதளதள'ன்னு இருக்கும். ரொம்பத் துடிப்பு உள்ள சின்னக் குழந்தை மாதிரி. அதக் கண்டுபிடிச்சு அதன் அழகைப் பிரதிபலிக்கிறதுதான் அந்தந்தக் காலத்துக் கவிஞனோட கடமை. நச்சினார்க்கினியர் சொன்ன மாதிரி அந்தந்தக் காலத்துச் சொற்கள்தான் கவிதைக்குக் கொடுக்குற சத்துணவு. பெரிய ஆன்மீக மொழியா இருக்க அது முயன்றதே கிடையாது. 1500 வருஷ ஆன்மீகப் பாரம்பரியம் இருந்தும் இராமானுஜர், சங்கரர் போன்ற தமிழ் பேசிய சிந்தனையாளர்கள் இருந்தும் ஆன்மிக எல்லைக்குள் போகாம பூமியிலேயே இருக்கும் மொழி தமிழ்.

**சமஸ்கிருதக் கவிதையியலுக்கும் தமிழ்க் கவிதையியலுக்கும் என்ன வித்தியாசத்தைப் பாக்குறீங்க?**

பெரிய வித்தியாசம் ஒண்ணும் கிடையாது. தமிழ், செய்யுள் மாதிரி தொழில்நுட்பத்தப் பேசிட்டு விட்டுருது. சமஸ்கிருதம் நவீன ஐரோப்பிய மொழி மாதிரி ஆராயுது.

**தமிழ்க் கவிதையியல் இலக்கணத்த மட்டும் பேசிட்டு விட்டுடுது, சமஸ்கிருதம் இலக்கணத்தப் பத்தியும் அதத் தாண்டியும் பேசுதா?**

ஆமா. அதன் உள்ளடக்கம் எப்படிச் சொல்லப்படுது. சொல்லுக்குக் குறிப்புச் சக்தி எங்கிருந்து கிடைக்கிறது. அதுதான் தொனி. இன்னிய வரைக்கும் தீர்க்கக்கூடிய விஷயமாவே இல்ல. சொல்லப்படற வார்த்தைகளில் இல்லாத அர்த்தம் கேட்பவனுக்கு எப்படிக் கிடைக்கிறது? அது பெரும் ரகசியம். சொல்லுக்கு அது குறித்த பொருளத்தான் குறிக்கிற சக்தி இருக்குதுங்கிறது இலக்கணம். அது உண்மையானால் சொல்லால் குறிக்கப்படாத பொருள் கேட்பவனுக்கு எங்கிருந்து வருது? அது சொல்லிலேயே இருக்கிறதுங்கிறதுதான் சமஸ்கிருதத்தோட வாதம்.

**உங்க கவிதைகளில் பொது மனத்தை, அரசியல் காரணங்களால் கட்டமைக்கப்பட்ட பொது மனத்தைக் கிண்டல் பண்றீங்க. கேள்வி கேக்குறீங்க, அது உணர்வுபூர்வமாப் பண்ணியதா?**

ஆமா. நான் காப்பியங்களில் நம்பிக்கை கொண்ட கவிஞன். பெரிய காவியங்களைத் தவிரச் சின்னக் கவிதைகளை எழுத முயன்றதே கிடையாது. 1500, 2000 வரிக்குக் குறைஞ்சு நான் எழுதியதே கிடையாது. அப்புறம்தான் இந்த மாதிரி சின்ன கவிதைகள் எழுதுறாங்க அப்படின்னு என்னோட பள்ளிப் பருவத்துலதான் எனக்குத் தெரிஞ்சுது. வேர்ட்ஸ்வொர்த், கோல்ட்ஸ்மித் எல்லாம் பார்த்துட்டு இனிமேல் இப்படித்தான் எழுதணும்னு மறுபடியும் எழுத ஆரம்பிச்சேன். கம்பன் காப்பியங்களை இயற்றியவன். அரசியலால் மிகவும் துன்புறுத்தப்பட்டவன். அவ்வளவு பெரிய கவிஞனைத் தஞ் சாவூர்ல ஒரு தாசிட்ட போயி ஒரு பாயிரம் வாங்கிட்டு வாம்பாங்க, அவட்ட போயி வாங்கிட்டு வருவான். கூலி வேலைக்குப் போவான். நில்லா நெடுஞ்சுவரேன்னு ஒரு கவிதை வரும். ஒரு அரசியல் சார்ந்த தொனி கம்பன்கிட்ட ஊடுருவியிருக்கும்.

**'எனக்கும் தமிழ்தான் மூச்சு, ஆனால் பிறர் மேல் அதை விட மாட்டேன்', 'எல்லா மொழியும் நன்று தமிழும் அதிலே ஒன்று.' 67ல தமிழ் பேசினவங்க ஆட்சிக்கு வராங்க. இந்த மாதிரி கவிதைகளுக்கு இடம் கிடையாது. ஆனா நீங்க எழுதறீங்க. இந்தக் காரணமாத்தான் எழுதினீங்களா?**

சமஸ்கிருதம் படிச்சேன். தமிழ் படிக்கணும்கிறதுக்காகத் தமிழ் படிச்சேன். வித்வான் படிக்க ஆசைப்பட்டேன். முடியல. வித்வான் வகுப்புக்கு என்னென்ன தேவையோ அதையெல்லாம் படிச்சேன். தொல்காப்பியம் 17, 18 வயசுலயே படிச்சிட்டேன். ராமாயணத்தல்லாம் முழுசா படிச்சிட்டேன். சங்க இலக்கியம் முழுவதும் முழுசா படிச்சிருக்கேன். இப்போகூட நற்றிணை படிச்சேன். எங்க அப்பா சமஸ்கிருதம் படிக்கிறவர். அதனால சமஸ்கிருதம் படிச்சேன். கம்பன, சங்கப் புலவன, ஆண்டாள, நவீன காலத்து சுந்தர ராமசாமிய, மௌனிய, ஆனந்த, உங்க கவிதைய, கனிமொழிய எப்படிப் படிக்கிறனோ அப்படி ராமாயணத்த அதனோட மொழியில, பகவத்கீதைய, சாகுந்தலத்த அதனோட மொழியில படிச்சேன். கன்னடத்தையும் நான் படிச்சேன். எல்லா மொழிகளும் சந்தோஷமாத்தான் இருந்தது, ஏற்றத்தாழ்வுகள் ஒண்ணும் கிடையாது. இந்த சந்தோஷத்த நாம கெடுத்துக்கக்கூடாது.

**உங்கள் பென்சில் படங்கள் பூரா உங்க பிள்ளைப்பருவ வாழ்க்கைதானா?**

வெளிப்படையாகச் சொல்லப்போனால் நான் இருபத்தோரு வயசுக்கு மேல வளரல. எனக்கும் என் கவிதைக்கும் ஒண்ணும் நடக்கல, அதுதான் என் பிரச்சினை. அத ஒரு இடத்துல சொல்லிருக்கேன். இருபத்தோரு வயசோட எல்லாம் முடிஞ்சு போச்சு. அப்புறம் எப்படி வாழ்றது? ஓட்டு போடுறதுக்கு முன்னாடியே வாழ்க்கை முடிஞ்சுபோச்சுன்னா பாக்கி வாழ்க்கையை என்ன செய்றது? இப்ப 72 வயசாகுது. அம்பது வருஷம் ஓட்டியிருக்கேன். அப்படி ஒரு சிக்கல் வாழ்க்கைல. நாலு வயசுலயிருந்து 21 வயசு வரைக்கும்தான் எடுக்குறேன்.

**மொத்தத்துல தமிழ்ல நேர்மறையான விஷயங்கள் நடந்திருக்கா?**

நேர்மறையான விஷயங்கள் நடந்திருக்கு. தனிப்பட்ட சில கஷ்ட நஷ்டங்கள் இருக்கு. அது இருக்கத்தான் செய்யும். மொழின்னு பார்க்கும்போது அற்புதமா இருக்கு, புதுக்கவிதை வந்ததுக்கப்புறம் ஒரு உலகத் தரம் வந்திருக்கு. ஒரு பக்கம் செம்மொழின்னு சொன்னாலும் சிரமப்பட்ட மொழியா இருந்தது. இலக்கியம்னு வரும்போது தமிழ் ஒரு முதிராத மொழி. புதிய விஷயங்கள் அதுல சொல்லமுடியாது. புதுக்கவிதை அதை நவீனப்படுத்தியிருக்கு. அதனால அது உலகத் தரம் கொண்டதா ஆகியிருக்கு. ஒரு மேடை இருந்தா அதுல நாமளும் இருக்கணும். இல்லாட்டி இருக்குறதுல என்ன அர்த்தம் இருக்கு? நவீன இலக்கியத்தால தமிழுக்கு உலகக் கவனம் கெடச்சுருக்கு. தமிழ் அதுக்குத் தகுதியானதுங்கறதை நாம பண்ணியிருக்கோம். அதுவும் குறுகிய காலத்தில். அம்பது வருஷம்ங்கிறது மொழிக்கு ரொம்பக் குறைந்த காலம்.

# "எனது கவிதைகள் இடிந்ததை, உடைந்ததைப் பேசுகின்றன"

(21-12-2014 அன்று *திஇந்து தமிழ்* நாளிதழில் வெளிவந்த நேர்காணல்; சந்திப்பு: ஷங்கர்ராமசுப்ரமணியன்)

○

**உங்களது சமீபத்திய 'பென்சில் படங்கள்' கவிதை நூலில் உங்களது குழந்தைப் பருவம் மற்றும் இளம்பிராயத்துச் சித்திரங்கள் நிறைய இடம்பெறுகின்றன...**

ஆறு, கடல், மரங்கள், விலங்குகள், கோவில்கள் எல்லாமே ஒரு குழந்தைக்கு முதல் முறையாக அறிமுகமாகின்றன. அவைதான் மனதில் ஆழமாகப் பதிகின்றன. அதிலிருந்துதான் உலகத்தை ஒரு குழந்தை புரிந்துகொள்கிறது. வளர வளர இன்னொரு உலகம் அந்தக் குழந்தைக்கு அறிமுகமாகிறது. ஏற்கனவே மனத்தில் இருக்கும் உலகத்தை ஒப்பிட்டுப் பார்த்து அது இன்னொரு உலகத்தைப் புரிந்துகொள்கிறது. வாலிப வயதில் எதிர்ப் பாலினம், குடும்பம், அதைக் கட்டுப்படுத்தும் சமூகம், சமூகத்தைக் கட்டுப்படுத்தும் நாடு, மொழி எல்லாம் பற்றிய அறிவு ஏற்படுகிறது. ஒவ்வொன்றும் ஒவ்வொன்றையும் எப்படிக் கட்டுப்படுத்தி, சமரசம் செய்து ஒரு ஒழுங்கை நிலைநிறுத்தப் பார்க்கிறது என்பதைத் தெரிந்துகொள்கிறான். 5 வயதிலிருந்து 21 வயது வரை ஒருவருக்கு முக்கியமான காலம்.

**உங்கள் கவிதைகள் மரபுத் தமிழ்க் கவிதையின் ஓசையைத் துறக்காமல் இருப்பதற்குக் காரணம் என்ன?**

நான் ஒரு கோவிலுக்குப் பக்கத்தில் பிறந்து வளர்ந்தேன். அது வைஷ்ணவக் கோவில். அதற்குப் பக்கத்தில் சைவக் கோவில். அர்த்தம் விளங்குவதற்கு முன்பே பாசுரங்கள், பிரபந்தங்கள் மற்றும் பதிகங்கள் அறிமுகமாகிவிட்டன. அவைதான் என்னைக் கவிதையை நோக்கித் தூண்டின.

**உங்கள் நோக்கில் புதுக்கவிதை நிலைபெற்ற கதையைச் சுருக்கமாகச் சொல்லுங்கள்.**

1958இல் க.நா. சுப்ரமண்யம், 'சரஸ்வதி' இதழில் 'புதுக்கவிதை' என்ற தலைப்பில் ஒரு கட்டுரை எழுதினார். அப்போது இருந்துவந்த திராவிட இயக்க, பொதுவுடைமை இயக்கக் கவிதைகளுக்கு மாற்றாக ஒரு கவிதை வேண்டும் என்ற எண்ணத்தின் வெளிப்பாடு அது. பாரதிதாசனுக்குப் பிறகு பெரிய வெற்றிடம் இருந்த வேளை அது. அந்த வெற்றிடத்துக்குக் காரணம் பாடுபொருள் இல்லாமைதான். அது ஏற்கனவே நிர்ணயமாக இருந்தது. ஒன்று, கட்சியைப் பற்றி எழுத வேண்டும். இல்லையெனில் பொதுவுடைமைக் கொள்கைகளை எழுத வேண்டும். இல்லையெனில் தீபாவளி, பொங்கலுக்கு வாழ்த்துக் கவிதை எழுத வேண்டும். அப்போது கவிதைகள் 'கல்கி' மற்றும் 'கலைமக'ளில் பண்டிகை நாட்களில் மட்டுமே பிரசுரிக்கப்பட்டன.

இந்தச் சூழ்நிலையில் புதிய கவிதை எப்படி இருக்க வேண்டும் என்று எழுதினார் [க.நா.சு.]. எதைப் பற்றி வேண்டுமானாலும் எழுதலாம் என்றார். உரைநடையில் எழுதினால் தமிழ்ப் புலவர்களின் ஆதிக்கத்திலிருந்து விடுவித்துவிடமுடியும் என்ற கருத்தைக் க.நா.சு.வோடு சேர்ந்து பிச்சமூர்த்தியும் வைத்தார். 1959 ஜனவரி மாதம் 'எழுத்து' இதழ் வெளிவருகிறது. அதில் புதுக்கவிதைகளைப் பிரசுரிக்க ஆரம்பித்தார்கள். பத்து பேரோ, நூறு பேரோ படித்தால் போதும் என்ற நிலையில்தான் இந்த இயக்கம் தொடங்கியது.

**நீங்கள் நடை பத்திரிகையில் எழுதத் தொடங்கியபோது, உங்கள் கவிதைகள் புதுக்கவிதை இல்லை என்று விமர்சனம் எழுந்ததே?**

மரபை நான் புதுப்பிக்கிறேன் என்றும் மரபை நான் விடவில்லை என்றும் சொன்னார்கள். நகுலன் என்னைப் புதுக்கவிஞன் இல்லை என்று சொன்னார். சி. மணியும் சொன்னார். க.நா.சு.வுக்கு என்னுடைய கவிதைகள் ஏற்புடையவையாக இருந்தன. இவருக்கு இடைக்கால யாப்பே போதுமானதாக

இருக்கிறது என்று சொன்னார். சுந்தர ராமசாமியிடமும் ஒரு உரசல் இருந்தது. அது ரொம்ப நாள் கழித்து சரியாய்ப்போயிற்று.

**நீங்கள் மற்றும் நண்பர்கள் சேர்ந்து *கசடதபற* பத்திரிகை தொடங்கியதற்கான நோக்கம் என்ன?**

கவிதையை விடுதலை செய்வது. தமிழை ஒழுங்குபடுத்த வேண்டும் என்பதும் நோக்கமாக இருந்தது. அதில் 'தமிழை எங்கே நிறுத்தலாம்'[1] என்று ஒரு கவிதை எழுதியிருந்தேன். சந்தியில் நிறுத்தாமல் இருந்தால் போதும் என்று சுஜாதா எழுதினார். பெரிய பத்திரிகைகளிலிருந்து கவிதைகளை விடுவித்துச் சுதந்திரமாக எழுத வேண்டும் என்று விரும்பினோம். மொழி, நாடு, மதம், மக்கள் என்று பேதம் பார்க்காமல் எல்லோரையும் சேர்த்துப் பார்க்கும் கவிதைகளை எழுத வேண்டும் என்று நினைத்தோம். நான், ஆத்மாநாம், ஆர். ராஜகோபாலன், ஆனந்த், தேவதச்சன் எல்லோரும் சேர்ந்து ஒரு இயக்கமாக ஆனோம். அப்போதுதான் புதுக்கவிஞர்களைத் தனிநபர்வாதிகள் என்று வானம்பாடிக் கவிஞர்கள் எங்களைத் திட்டத் தொடங்கினார்கள். இப்படிக் 'கசடதபற' வழியாக நவீன இலக்கியத்திற்கான கால்கோள் விழா நடந்தது.

**புதுக்கவிதைகளை நீங்கள் எழுதத் தொடங்கியபோது உங்களுக்கு இருந்த எண்ணங்கள் என்னவாக இருந்தன?**

கவிதை என்பதன் அடிப்படையில் பாரதிதாசன், கவிமணி தேசிக விநாயகம் பிள்ளை, ராமலிங்கம் பிள்ளை ஆகியோருடைய கவிதைகள் நாம் எழுத வேண்டிய கவிதைகளுக்கு உறுதுணையாக இருக்கப்போவதில்லை என்ற எண்ணம் தெளிவாக இருந்தது. பாரதியாரின் கவிதைகளையும் சேர்த்தே சொல்வேன். அவருடைய கவிதைகள் உயர்வானவை என்றே கருதுகிறேன். ஆனால் நான் பார்க்கும் உலகம் அவரிடம் இல்லை. பாரதியார் காலத்தில் பேருந்து இருந்தது. ரயில் இருந்தது. சினிமா அறிமுகம் ஆகிவிட்டது. ஆனால் யதார்த்த உலகம் அவரிடம் இல்லவே இல்லை. புதுக்கவிதை யதார்த்த உலகத்தைப் பிரதிபலிக்க வேண்டும். பாரதிதாசனிடம் இன ரீதியான விருப்பு வெறுப்புக் கருத்துகள் இருந்தன. கட்சி சார்பில்லாமல் மனிதனின் நிலை என்னவாக இருக்கிறது என்பதைப் பார்க்க வேண்டும் என்பது எனது கருத்து. அதைத்தான் நான் ஏற்பியல் என்று சொன்னேன். அழகியல் என்பதைவிட ஏற்பியல் என்பது அர்த்த நெருக்கம் கொண்டதாக இருக்கிறது. குரங்கில் அழகான குரங்கு

---

1. *கசடதபற* அக்டோபர் 1970 இதழில் வெளியான கவிதை (பார்க்க: பக்க எண் 94)

கிடையாது என்பது நமது பார்வையாக இருக்கலாம். ஆனால் குரங்குகளுக்குள் அழகானது என்பது உண்டு. நமது சமூகம் பலவிதமாகப் பிரிந்திருக்கிறது. இந்தப் பிரிவினைகளை அதிகம் வலியுறுத்தாமல் ஒரு பொதுத்தன்மையைக் கவிதையில் உருவாக்க வேண்டும் என்று நினைத்தேன்.

**நீங்கள் உங்கள் இளம்பருவத்தில் தமிழரசுக் கழக ஆதரவாளராக இருந்தீர்கள். அந்த அனுபவத்தைச் சொல்லுங்கள்.**

1952ஆம் ஆண்டு எனக்கு 14 வயது. இலக்கணம் எல்லாம் தெரியாமலேயே கவிதைகள் எழுதத் தொடங்கிவிட்டேன். காவிரி தஞ்சை மாவட்டத்தில்தான் உற்பத்தியாகிறது என்று நம்பியிருந்தேன். எங்கள் ஊர்க் கோவில் கோபுரம்தான் உலகிலேயே பெரியது என்று நினைத்திருந்தேன். அப்போதுதான் ம.பொ.சி. எங்கள் ஊருக்கு வந்தார். அவர் திராவிட இயக்கத்துக்கு எதிராகப் பேசினார். தமிழ்நாடு என்பது தனி, சுயநிர்ணயம் வேண்டும் என்றார். உறவுக்குக் கை கொடுப்போம், உரிமைக்குத் தோள் கொடுப்போம் என்று பேசினார். அவரைத் தாக்கினார்கள். அந்தக் கூட்டத்தில் நான் இருந்தேன். அவர் மூலமாகத்தான் தமிழ்நாடு என்ற ஒன்று இருக்கிறது, அதற்கு எல்லைகள் இருக்கின்றன என்பதை உணர்ந்தேன். அவர் பேச்சு என்னைக் கவர்ந்தது. தமிழ்நாட்டில் தமிழ் பேசுபவர்கள் அனைவரும் தமிழர்கள் என்று அவர் சொன்னது எனக்குப் பிற்பாடு திருப்திகரமான விளக்கமாக இருந்தது. ஆரிய – திராவிடர் பிரச்சினை வரும்போது, பிராமணர் எல்லாம் ஆரியர்கள் என்று சொன்னார்கள். அது எனது மனதை இரண்டு கூறாக உடைத்துப் போட்டது. நாம் நம்மைப் பற்றி ஒன்று நினைத்துக்கொண்டிருக்கிறோம். மனம் பிளவுபட்டுவிடும் அந்த நிலையில் ம.பொ.சி.யின் வரையறைதான் எனக்கு ஆறுதலைத் தந்தது.

**திராவிட அரசியல் தமிழ்ப் பண்பாட்டில் ஏற்படுத்திய தாக்கங்களை உங்கள் கவிதைகளில் கடுமையாக விமர்சித்திருக்கிறீர்கள். அதற்காகவே அதிகம் அறியப்படவும் செய்கிறீர்கள்...**

நான் திராவிட இயக்கத்தின் கருத்துகளை எதிர்த்து எழுதியதேயில்லை. மேடையில் ஒரு பேச்சாளன் பேசுகிறான். அவன் தி.மு.க.வாக இருக்கலாம், காங்கிரஸ்காரனாக இருக்கலாம், அவன் பொதுமனிதனின் பார்வையில் எப்படிப் படுகிறான் என்பதே எனது கவிதையின் கவலையாக உள்ளது. திராவிட இயக்கத்தின் தாக்கம் காரணமாக பிராமணப் பண்பாட்டிலேயே பல விஷயங்கள் கைவிடப்படுவதையும் நான் கவிதைகளில் எழுதியிருக்கிறேன். இவையெல்லாம் தனிமனிதனின்

வாழ்க்கையில் என்ன மாற்றங்களை ஏற்படுத்துகின்றன என்பதன்மீது எனது கவிதைகள் கவனம் செலுத்துகின்றன. தனிப்பட்ட குடிமகனாகத் திராவிட இயக்கங்களால் தமிழ்ச் சமூகத்திற்கு எந்த நன்மையும் பெரிதாக விளையவில்லை என்பதே எனது கருத்து. அவர்களால் பண்பாடு போச்சு. மக்களிடத்தில் வேற்றுமை பெருகியது. ஆரியர் – திராவிடர் என்று சொல்லி மக்கள் அடையாளங்களைக் குழப்பினார்கள். பிராமணர் – பிராமணல்லாதார் என்று சொல்லி அதையும் குழப்பிவிட்டார்கள். பிராமணர் அல்லாத மேல்சாதியினர் மேடையில் இருந்தார்கள். கீழே இருந்து பேச்சைக் கேட்டவர்கள் எல்லாம் அடித்தட்டுச் சாதியினர். அவர்களுக்கு இவர்கள் பொழுதுபோக்கையே கொடுத்தார்கள். அவர்களது வாழ்க்கை மாறவில்லை. திராவிட அரசியல் கூட்டங்களில் பொழுதுபோக்கு மதிப்பைத் தவிர வேறு எதுவும் இருந்ததில்லை. இட ஒதுக்கீடு போன்ற கொள்கைகளில் எனக்கு முழு உடன்பாடு உண்டு. அதை எந்தக் கட்சி ஆட்சிக்கு வந்தாலும் நடைமுறைப்படுத்தியிருக்கும்.

**உங்கள் கவிதைகளில் மனிதன் குறையுள்ளவனாக இருக்கிறான். கடவுள் நடராஜர் மேஜை நடராஜராகக் குறும் வடிவம் எடுக்கிறார். கடவுள் ஓட்டைத் தேவனாராக வருகிறார். நவீன வாழ்வை உங்கள் கவிதைகள் குறைபாடுள்ளதாக, அபத்தமாகப் பார்க்கின்றனவா?**

பல நூற்றாண்டுகளாக ஒரு பண்பாடு காக்கப்பட்டுவந்தது. இன்று நாம் பேசுகிறோம். ஆரியர்கள் ஆதிக்கம், இஸ்லாமியப் படையெடுப்பு, தலித்களின் அடிமைநிலை, பெண் அடிமைப் போக்கு என நாம் இன்று பேசும் எல்லாமே ஒரு நெடிய கால வரலாற்றை முன்னிறுத்திப் பேசுபவை. ஆனால் ஒரு முழு வாழ்க்கை உடைந்துபோய்விட்டது. தொட்டால் பால் திரிகிற மாதிரி எல்லாமே இடிந்துபோய்விட்டது. எனது கவிதைகள் இடிந்ததை, உடைந்ததைப் பேசுகின்றன. கீழ்வெண்மணியில் கொளுத்தப்பட்டதைப் பேசுகிறேன். மனிதன் பசியோடு இருக்கிறான். ஒரு நூற்றாண்டுக்கு முன்புவரை மனிதன் அனுபவிக்கும் கஷ்டத்துக்கு முன்வினைப் பயன் என்ற நம்பிக்கை யாவது இருந்தது. அதையும் அவனிடமிருந்து பறித்துவிட்டோம். உனது துயரத்துக்கு நீதான் பொறுப்பு என்று சொல்லிவிட்டோம். அப்போது இயற்கையாகவே மோதல் உருவாகிவிடுகிறது. ஒவ்வொருவரும் தன்னைப் பாதுகாத்துக்கொள்ள மற்றவர்களைத் தாக்க வேண்டிய நிலை உருவாகிவிட்டது. திருப்பனந்தாள் மடத்தில் உ.வே.சா. ஆசிரியராக இருந்தபோது தனியாகத்தான் சாப்பிட்டார். அதை அப்போது அனுமதித்தார்கள். இப்போது அது சாத்தியம் இல்லை.

**மக்கள் போராடக்கூடாது என்கிறீர்களா?**

எதற்கெடுத்தாலும் இன்று பிரச்சினைதான். இருப்பை நியாயப்படுத்திக்கொள்ளப் போராடுகிறோம். போராடினால் ஒரு வீரியம் வருகிறது. உலகம் எங்கும் உள்ள போராளிகள் சேர்ந்து சேகுவேரா பனியனைப் போட்டுக்கொண்டால் நமக்கு ஒரு சந்தோஷம். ஆனால் அது எந்தப் பிரச்சினையையும் தீர்ப்பதாக எனக்குத் தெரியவில்லை. அதைத்தான் நான் விடுபட்ட நரிகள் [விட்டுப்போன நரி] கவிதையில் எழுதினேன். நிறைய மனிதர்கள் விடுபட்டுப் போய்விடுகிறார்கள். 'இடிபட்ட கோயிலின் கடவுளே' என்று தாகூர் சொல்வார். கவிதையும் இடிந்துபோய்விட்டது. இடிபாட்டுக்கிடையில் இருப்பதுதான் எனது கவிதை என்று நினைக்கிறேன்.

**இன்றைய சமூகத்தில் புதுக்கவிதைக்கான இடம் எது?**

கவிதைக்கான இடம் இருக்கிறது. ஆனால் எங்கே இருக்கிறது என்று கேட்கக்கூடாது. இன்னும் கவிதை அபாயகரமான இடத்தில்தான் உள்ளது. புதுக்கவிதை படிப்பவர்களின் மனத்தை மாற்றுகிறது. மௌனி, ந. முத்துசாமி, கோணங்கி, தமிழவன், பா. வெங்கடேசன், ஜெயமோகன் போன்றவர்களின் உரைநடையில் புதுக்கவிதையின் பாதிப்பைப் பார்க்க இயலும். புதிதாகச் சொல்வது, வித்தியாசமாகச் சொல்வது என்பதைப் புதுக்கவிதைதான் தொடர்ந்து சவாலாக ஏற்றுக்கொண்டிருக்கிறது.

**உலகக் கவிதைகளைத் தொடர்ந்து வாசிப்பவர் நீங்கள். அந்த ரீதியில் இன்றைக்குள்ள தமிழ்ப் புதுக்கவிதை எப்படியாக இருக்கிறது?**

மற்ற நாடுகளில் எழுதப்படும் நல்ல கவிஞர்களோடு ஒப்பிட்டால் இங்கே பத்து, பதினைந்து பேரைச் சொல்லமுடியும். யூமா வாசுகி, யவனிகா ஸ்ரீராம், தேவேந்திர பூபதி, அய்யப்ப மாதவன், மாலதி மைத்ரி, பெருந்தேவி போன்றவர்கள் குறிப்பாக ஞாபகத்திற்கு வருகின்றனர். யவனிகா மற்றும் தேவேந்திர பூபதியிடம் இன்றைய கவிதைக்கான முன்வடிவம் கிடைக்கிறது. விகடன் போன்ற பத்திரிகைகளிலும் நல்ல கவிதைகள் கிடைக்கின்றன.

**உள்ளடக்க ரீதியில், சொல்லல் முறையில் என்ன விதமாகப் புதுக்கவிதை மேம்பட வேண்டும் என்று கருதுகிறீர்கள்?**

கவிதைகளில் சமயம் போய்விட்டது. உலகத்துக்கும் தனிமனிதனுக்கும் இடையே உள்ள ஆழ்ந்த உறவு பற்றிய பார்வை இல்லை. ஒரு பொருள் ஏகத்தன்மை உடையது அல்ல. அதில்

இன்னொரு பொருளின் சாயலும் இருக்கும். உலகத்துக்கும் எனக்கும், எனக்கும் மிருகங்களுக்கும், எனக்கும் பட்சிகளுக்கும் உள்ள பேதாபேதங்கள் ஆகியவற்றை ஆழ்ந்து பார்க்க வேண்டும். அஃறிணைப் பொருட்களைக்கூட நாம் நம்முடையவை என்று சொல்கிறோம். இந்த உறவுகள் எப்படி வருகின்றன? எனது குவளையை நீங்கள் எடுத்துச் சென்றுவிடலாம். எனது கையை எடுத்துச் செல்லமுடியாது. ஆனால் எனது குவளையை நீங்கள் உடைத்தால் எனது கையை உடைப்பதுபோலக் கத்துகிறேன். ஏன்? சமயம் என்பது கடவுளை வழிபடுவதைச் சொல்லவில்லை. தத்துவ விசாரங்கள் போய்விட்டன. கடவுள் வழிபாட்டை எதிர்த்தவுடன் தத்துவத்தையும் விட்டுவிட்டார்கள். ஆனால் அது தேவை.

# கவிதையும் நாடகமும்

(தமிழ் மணவாளனின் 'நவீன தமிழ்க் கவிதைகளில் நாடகக் கூறுகள்: காலமும் வெளியும் ஓர் ஆய்வு' (2015) என்ற ஆய்வு நூலில் வெளியிடப்பட்ட உரையாடல்)

**நெடிய தமிழ்க் கவிதை மரபில் நவீன தமிழ்க் கவிதையின் இடம் குறித்து என்ன கருதுகிறீர்கள்?**

மிகப் பழங்காலத்து இலக்கண நூலாகக் கருதப்படும் தொல்காப்பியம் புதுமை பற்றிப் பேசுகிறது. புதுமை என்பது முன்னமேயே இருந்து வரும் ஒன்றுடன் வெளியிலிருந்து வந்துசேரும் ஒன்றே என்று தொல்காப்பியம் சொல்கிறது. புதுமையைக் கண்டபோது விடுவரோ புதுமை பார்ப்பார் என்று கம்பரும் மகிழ்ந்து பேசுகிறார். ஒரு முன்னோடித் தமிழ்ப் படைப்பாளி தனது பெயரையே புதுமைப்பித்தன் என்று வைத்துக்கொண்டார். காலம் காலமாகத் தமிழ் இலக்கியம் மாறுதலை விரும்பி மாறிவருகிறது. புதுமை என்றால் கொஞ்சம் மருட்சி தரும் என்று தொல்காப்பியர் எச்சரித்தது போல நவீன தமிழ்க் கவிதைகள் தொடக்கத்தில் கொஞ்சம் மருட்சி தந்தாலும் – அல்லது தருவதாகச் சிலர் நம்பினாலும் – ஒரு பத்தாண்டுக் காலத்தில் ஏற்கப்பட்டு, களம் அமைதியாகிவிட்டது. 1960க்குப் பிறகு தமிழ் இலக்கிய வரலாறு புதிய பாதை கண்டிருக்கிறது. நவீன கவிதையும் நல்ல மரபாகிவிட்டது. எந்தெந்த நாட்டில் தமிழ் வழங்குகிறதோ அங்கெல்லாம் நவீன கவிதையின் ஒளி சுடர் விடுகிறது.

காலத்தையும் வெளியையும் கடந்து இந்த உலகில் எதுவும் இயக்கம் கொள்ள முடியாது என்னும் பட்சத்தில் கலை இலக்கியத்திற்கும் அது பொருந்தும்தானே?

ஆம். மொழி இயங்கவே இடமும் காலமும் தேவை. ஓர் எழுத்து எப்படிப் பிறக்கிறது என்று ஆராயும்போது இடம் புலனாகிறது. அது வெளிப்பட இடமும் நீடிக்கக் காலமும் தேவைப்படுகின்றன. ஒரு கருத்தும் கூறாத நிலையிலேயே மொழிக்கு இடமும் காலமும் இருக்கிறபோது மொழியால் இயங்கும் இலக்கியம் இடம், காலம் என்ற பரிமாணங்களுக்கு உட்பட்டதுதான். கலைக்கும் விலக்கல்ல.

**நாடகம் தவிர்த்த பிற படைப்புகளில் நாடகக் கூறுகள் இடம்பெறுவது குறித்தும் அதன் அவசியம் குறித்தும் என்ன கருதுகிறீர்கள்?**

எல்லாவற்றுக்கும் அடிப்படை கவிதைதான் என்பது நமது நம்பிக்கை. கவிதை என்றால் கற்பிக்கப்பட்டது. நாடக ஆசிரியன், ஓவியன், இசைவாணன், சிற்பி எனப் பல திறனாளிகளும் கவிஞர்களே. இயற்றினால் கவிஞன். நடித்தால் நடிகன். ஆடினால் நடனக் கூத்தன். பாடினால் இசைவாணன். எல்லாம் செய்தொழில் வேற்றுமை. ஒரு கவிதையில் நாடகம் இருக்கிறது. ஏனெனில் அது ஒருவனால் பேசப்படுகிறது. அதில் இசை இருக்கிறது. அதை ஆட முடிகிறது. அதை ஓவியமாகவோ சிற்பமாகவோ உருவாக்க முடிகிறது. அதனால்தான் சொல்கிறேன், பிறப்பொக்கும் எல்லா கலைக்கும் என்று. பரதரின் நாட்டிய சாஸ்திரம் அபிநயத்தை வாசக அபிநயம் என்றும் அங்கிக அபிநயம் என்றும் கூறுகிறது. முதலாவது வார்த்தைகளை உணர்ச்சிக்கேற்ப உச்சரிப்பது. இரண்டாவது, உறுப்புகளால் உணர்ச்சிக்கு இயைய உணர்த்துவது. கவிதையிலும் சித்திரக் கவிதை உண்டல்லவா? கவிதையிலும் சிற்பம் (இமேஜ்) உண்டல்லவா? நாடகம் சுவைபட இருக்க வேண்டும். நாடகம்தான் கவிதை. கவிதை இறுதியில் நாடகத்தில் முடிகிறது என்ற வழக்கு சம்ஸ்கிருதத்தில் உண்டு. கம்ப ராமாயணத்தைக் கம்ப நாடகம் என்பது நம்முடைய வழக்குதானே.

**தங்களுடைய கவிதைகளில் கணிசமான அளவு நாடகக் கூறுகள் இடம்பெற்றுள்ளன. மிகவும் பிரத்யேகமான பாத்திரங்களை அறிமுகப் படுத்தியிருக்கிறீர்கள். குறிப்பாகச் சப்பட்டை மனிதன், வகுப்புக்கு வரும் எலும்புக்கூடு இவற்றைக் கூறலாம். இந்தப் பாத்திரங்கள் வாசகத் தளத்தில் ஏற்படுத்திய விளைவுகளை ஒரு படைப்பாளியாய் எப்படி உணர்கிறீர்கள்?**

கவிதைக்கும் நாடகத்திற்கும் உள்ள ஒற்றுமை அடுத்து வருவது என்ன என்ற எதிர்பார்ப்பு. எதிர்பார்க்க முடியாமல் போகும்போதும் மொத்த கவிதையே எதிர்பாராத வகையில் அமையும்போதும் வாசகன் வியப்பும் மகிழ்ச்சியும் அடைகிறான். இரண்டு கவிதைகளிலும் வாசகன் தன்னைக் கொஞ்சம் அடையாளம் காண்கிறான். இரண்டாவது கவிதை வாசகனை மருளச் செய்தது. யாரோ ஒரு திருச்சி வாசகர் என்னைச் சென்னை வீட்டில் சந்தித்து இக்கவிதை பற்றிய தனது மருட்சியைக் கூறியது நான் மறக்க முடியாதது. ஒரு முழு எலும்புக்கூட்டை வகுப்பில் தொங்க விட்டுப் பாடம் நடத்தினார்கள் என்ற செய்தி முதல் கவிதையில் துணைச் செய்தியாகத் தரப்பட்டதைப் பாருங்கள். ஓர் எலும்புக்கூட்டின் சிரிப்பைப் பார்த்த மாணவன் நிலையைக் கவனியுங்கள்.

**கவிதை எழுதும் தருணம் எழும் உணர்வெழுச்சி, பிரத்யேகமான காலத்தையும் நிகழ்வு வெளியையும் பாத்திரங்களையும் இன்ன பிற நாடகக் கூறுகளையும் உருவாக்கும் விதம் கூறுங்களேன்.**

உடம்பில் ஒரு மாற்றம் ஏற்படுகிறது. மனம் எதை, சொல்லையா சிந்தித்தலையா என்று தெளிவாகக் கொள்ள முடியாத நிலையிலேயே கவிதையின் வரி தொடங்கிவிடுகிறது. கவிதை வெளிப்படும் காலம் எதுவாக வேண்டுமானாலும் இருக்கலாம். கனவில்கூடக் கவிதையின் வரியோ கவிதையில் பயன்படப்போகும் விஷயமோ வரலாம். கவிதையில் பாத்திரங்கள் குணம் குறி அற்றவை. ஒரு விலங்கு மனிதனாகக் காட்டப்படலாம், ஒரு மனிதன் வேறு பிறவியாகக் காட்டப்படலாம். மற்றவை எல்லாம் தொழில் ரகசியங்கள்.

# "கவிதைக்குக் கோட்பாடு அவசியம்"

(கையெழுத்துப் பிரதியாக உள்ள, வெளிவராத உரையாடல். யாருக்கு என்ற விவரம் காணப்படவில்லை. 29.09.2003 தேதியிட்டது)

O

**35 ஆண்டுகளுக்கு முன்பு நீங்கள் கவிதை எழுத வந்தபோது இருந்த சூழலுக்கும் இப்போது இருக்கிற சூழலுக்கும் வித்தியாசம் இருப்பதாகக் கருதுகிறீர்களா?**

சென்ற நூற்றாண்டின் முற்பகுதியில் பாரதியார், பாரதிதாசன் கவிதைகள் எடுபட்டிருந்தன. நான் படித்துக்கொண்டிருந்த காலத்தில் (53 – 54) பாரதியாரின் முழுத் தொகுப்பு கிடைக்கவில்லை. பாரதியாரின் தமிழ் பற்றிய பாட்டு, பாரதிதாசனின் தமிழ் பற்றிய பாட்டு, கொஞ்சம் பாஞ்சாலி சபதம் ஆகியவை உயர்நிலைப் பள்ளியில் பாடப் புத்தகத்தில் சேர்க்கப்பட்டிருந்தன. இவைதான் இவர்களைப் புதிய தலைமுறைக்கு அறிமுகப்படுத்திய பாடல்கள். இவர்களோடு தேசிக விநாயகம் பிள்ளை, ராமலிங்கம் பிள்ளை அறியப்பட்டார்கள். இவர்களது பாடல்கள் தேசிய உணர்வு, மொழி உணர்வு ஊட்டும் நோக்கத்தில் அமைந்தவை. பாடப் புத்தகத்துக்கு வெளியே சில கவிஞர்கள் அறியப்பட்டார்கள். இவர்கள் எல்லோரும் தேசிய, திராவிட தேசிய மற்றும் மார்க்சியக் கருத்துகளை முன்வைத்து எழுதியவர்கள். அன்று வெளிவந்துகொண்டிருந்த வாராந்திர, மாதாந்திரப் பத்திரிகைகளில் தேசிய

எழுத்துகளும் பல கட்சிப் பத்திரிகைகளில் திராவிட தேசிய உணர்வும் இடம்பெற்றன. இதில் இடம்பெறாமல் இரண்டொரு கவிஞர்கள் சுதந்திரமாகவும் எழுதினார்கள். கிராமப்புற மக்களின் வாழ்க்கையையே பொருளாகக் கொண்டு கொத்தமங்கலம் சுப்பு எழுதினார். இவை எவற்றிலும் நவீனம் என்பது கிடையாது. நான் அன்று 1960 – 64இல் நவீன கவிதைகளை எழுதி இவற்றில் வெளியிட அனுப்பினேன். ஆனால் ஒன்றுகூட வெளியாகவில்லை. ஒரு நாள் 'கலைமகள்' ஆசிரியர் கி.வா. ஜகந்நாதனைச் சந்தித்து ஒரு கவிதையைக் கொடுத்துக் 'கலைமக'ளில் வெளியிடக் கேட்டுக்கொண்டேன். அவர் கவிதையைப் படித்துவிட்டுக் 'கலைமக'ளுக்கு ஏற்காது என்று சொன்னார். ஏன் என்றும் சொன்னார். பிறகுதான் எனக்குத் தெரிந்தது, 'புதியதோர் உலகம் செய்யப்பட வேண்டும்' என்பது. 60களில் நடந்துவந்த 'எழுத்து' பத்திரிகையும் என் கவிதையை வெளியிடவில்லை. இந்த நிலைமையை 1970இல் வெளிவந்த 'கசடதபற' நீக்கியது. எந்த ஒரு புதுப் படைப்பாளியும் தன் படைப்பை வெளியிட ஒரு பத்திரிகை இல்லை என்று வருந்தக்கூடாது என்பது 'கசடதபற'வின் நோக்கங்களில் ஒன்று. 'கசடதபற'வுக்குப் பின்புதான் சிறு இதழ் என்ற நோக்கம் நாடு முழுவதும் பரவி மாவட்டம் தோறும் சிறு இதழ்கள் தோன்றின. கவிதை, கட்டுரை, நாடகம், சிறுகதை எல்லாவற்றிலும் புது வேகம் உண்டாயிற்று. இதழ் மற்றும் புத்தகத் தயாரிப்பிலும் அழகான மாற்றங்கள் உண்டாகியுள்ளன. இருந்தாலும் பெரிய பத்திரிகைகளின் இயல்புகளில் சில, சிறு இதழ்களிலும் நுழைந்துள்ளன. கொடுக்கப்பட்ட விஷயத்தைக் கத்தரித்து வெளியிடுவது, ஒரு படைப்பாளியை மறைப்பது, ஒரு படைப்பாளியை உயர்த்துவது போன்ற பண்புகள் வந்துள்ளன. 35 ஆண்டுகளுக்கு முன்பு இல்லாத பண்புகள் இவை. மற்றொன்று, கட்சி அனுதாபங்கள், ஜாதி மேலாண்மை முதலியனவும் தூய இலக்கியக் களத்தில் ஊடுருவியுள்ளன.

**நீங்கள் எழுத ஆரம்பித்த காலத்தில் 'கவிதை என்பது தீவிரமானது கைகட்டிக் கவனிக்கப்பட வேண்டியது' என்பது போன்ற இறுக்கமான சூழல் நிரம்பியது. நீங்கள்தான் கவிதையை ஜனநாயகப்படுத்தினீர்கள். அதுவரை உரைநடையில் கையாளப்பட்டுவந்த parody, satire போன்ற எள்ளல் தன்மையைக் கவிதைக்குக் கொண்டுவந்தீர்கள். உங்களை இப்படிப்பட்ட பணியைக் கையாளத் தூண்டியது எது?**

தமிழில் 'அங்கதம்' என்பது மிகவும் தொன்மையான வடிவம். தொல்காப்பியரும் குறிப்பிடுகிறார். அவர் குறிப்பிட்டதனால்தான் 'அங்கதம்' என்ற சொல் இருந்ததும் அது ஒருவகையான நவிற்சி முறை என்றும் நமக்குத் தெரியவந்துள்ளது. அங்கதக் கவிஞன் மறுமனிதனின் போலித் தன்மையை எளிதில்

கண்டுபிடித்துவிடுகிறான். போலித் தன்மையை, பாசாங்கைச் சகித்துக்கொள்ள முடியாத நிலையில்தான் அங்கதம் பிறக்கிறது. 'பொறுத்துக்கொள்ளாமை' என்ற இயல்பு ஒரு பார்வையில் வன்முறை சார்ந்தது. எனவே, எங்கே கேலி செய்யப்பட்டு விடோமோ என்ற பயம் பலருக்கும் ஏற்படுகிறது. பொதுவாகவே அதிகார, அகம்பாவப் போக்குகளின் பிரதிநிதிகளை அங்கதம் சாடுகிறது. ஆனால் அங்கதத்திலும் வன்மை, மென்மை உண்டு. ஆதி இலக்கியத்தில் அவ்வையும் கபிலரும் 'அங்கதம் வல்லவர்கள்'. கம்பர்கூட அங்கதம் வல்லவர். யுத்த காண்டம் முதல் போர்புரி படலத்தில் இராவணன் இராமன் எய்த அம்பால் தனது மணிமகுடம் இழந்தபோது, கம்பருக்கு அங்கதம் நினைவுக்கு வருகிறது. 'ஆற்றல் நன்னெடுங் கவிஞன் ஓர் அங்கதம் உரைப்ப போற்றரும் புகழ் இழந்த பேர் ஒருவனும் – போன்றான்' என்று சொல்கிறார் கம்பர். எல்லா உலகத்திலும் ஏற்றம் பெற்றிருந்த ஒரு பேராளன், கவிஞனின் அங்கதத்துக்கு ஆளாகிவிட்டால் தனது அரும்புகளை இழந்துவிடுகிறான். இராவணன் தனது மணிமுடியை இழந்தது அப்படிப்பட்டது என்கிறார் கம்பர். இங்கே கவிஞனை 'ஆற்றல் நன்னெடுங் கவிஞன்' என்று குறிப்பிட்டது கவனிக்கத் தகுந்தது. அங்கத நவிற்சி எளிமையானது அல்ல என்பது அவர் கருத்து. அங்கதம் வெறும் பச்சை வசை அல்ல. 'எட்டே கால் லட்சணமே, எமனேறும் பரியே' என்பவை வசை. பிற்காலத்தில் காளமேகப் புலவர் அங்கதப் பாட்டுக்குப் பெயர் வாய்த்தவராக அறியப்பட்டார். காளமேகம் அங்கதம் வல்லவர்தான். அவர் சிலேடையும் வல்லவர். சிலர் சிலேடையை அங்கதமாகக் குழம்புகின்றனர். காளமேகப் புலவர் அப்படிச் செய்தார். இருப்பினும் காளமேகப் புலவர் தமிழின் சாதாரண மக்களின் முதல் பெருங்கவிஞர். இவர் அங்கதத்துக்கு சாதாரண மக்களே பாத்திரமானவர்கள். கடவுளும் விலக்கல்ல. சமுதாயச் சீரழிவு என்பதைக் காளமேகப் புலவர் காலத்திலிருந்து கணிக்கலாம். நான் தொடக்கத்தில் அங்கதக் கவிஞனாக இல்லை. ஆனால் ஓவியத்தில் ஐகனாகிரஃபியும் கார்ட்டூனும் தெரிந்தவன். மொத்தச் சமுதாயமும் போலியும் பொய்யும் நிரம்பியதாக உணர்ந்தபோது கவிதையில் ஓவியத்தின் கேலிச் சித்திர பாணி முகிழ்த்தது. சித்திரப் பாங்கு இல்லாமல் என் அங்கதங்கள் இல்லை என்று நினைக்கிறேன். இலக்கண ரீதியாக அங்கதம் என்பது செம்பொருள் அங்கதம், பழி கரப்பு அங்கதம் என்றார் தொல்காப்பியர். ஆனால் கம்பர் சொன்னார், மகாகவியின் அங்கதம் மற்றவர்களின் அங்கதம் என்று. இதுதான் சரி.

**உங்களுக்குக் கோட்பாடு என்று ஏதாவது உண்டா? கவிதைக்குக் கோட்பாடு அவசியம் என்று கருதுகிறீர்களா?**

கவிதை பற்றி நான் பலமுறை சொன்ன கருத்தை மீண்டும் ஒருமுறை சொல்லலாம் என்று நினைக்கிறேன். கவிதை சொற்களால் ஆனது. சொல் ஓசையால் ஆனது. ஓசை ஒரு வஸ்து. ஏனென்றால் அதை உற்பத்தி செய்யமுடிகிறது. உற்பத்தி செய்யப்படும் வஸ்து என்ற வகையில் தோன்றுதல், அழிதல் என்ற அவஸ்தைகளுக்கு ஆளாகிறது. தலைக் குறை, இடைக் குறை, கடைக் குறை என்று சொல் சேதமுறுவதைத் தமிழ் இலக்கணம் குறித்துக்கொண்டுள்ளது. எனவே, சொல் ஒரு வஸ்து. இந்தச் சொற்களின் கூட்டத்தால் ஆன கவிதையும் ஒரு வஸ்து. சொல்லையும் அர்த்தத்தையும் தனது சரீரமாகக் கொண்டது கவிதை என்கிறது ஒரு சம்ஸ்கிருத விளக்கம். பல உறுப்புகளைக் கொண்ட உடம்புதான் செய்யுள் என்கிறார் தொல்காப்பியர். எனவே, கவிதை என்பது சரீரமாகிய வஸ்து. இந்த சரீர வஸ்து எப்படி இருக்க வேண்டும் என்று ஆதங்கப்பட்டவர்கள் நமது முன்னோர்கள். சொல் ஒரு வஸ்து என்கிற வகையில் அது பிரயோகிக்கும் தன்மை உடையது என்பது வெளிப்படை. ஒரு வஸ்து ஒருவருக்கே உரிமையாக இருப்பதற்கில்லை. அதன் பயன்பாடும் மாறுபட்டுவிடும். வஸ்து கருவியாகிவிடுகிறது. கருவி பயன்படுத்துவோன் நோக்கத்தினால் ஆயுதமாகிவிடுகிறது. இதனால்தான் ஆக்கவும் அழிக்கவும் சொல்லால் முடியும் என்ற கருத்தும் எழுந்தது. நக்கீரர் சொன்னதாகக் கருதப்படும் ஒரு பாட்டு, நந்திக் கலம்பகம் முதலியவை இக்கருத்தை எடுத்துக் காட்டும். தீப்புண்ணைக் காட்டிலும் மோசமானது சொல்லினால் ஆன புண் என்று வள்ளுவர் சொன்னார் அல்லவா? மொழியில் மறைந்திருக்கும் வன்முறையைப் படைப்பாளி எந்த அளவுக்குப் பயன்படுத்துகிறான் என்பது கவனிக்கப்பட வேண்டும். நமது முன்னோர் இதை உணர்ந்து சில கோட்பாடுகளை வரைந்துள்ளனர். மேலும் ஒரு படைப்பு வாசகன் மனத்தில் புகுந்து மறு ஆக்கம் பெறுகிறது. வாசகனின் மனத்தை 'டிஸ்டர்ப்' செய்ய வேண்டும் என்று சிலர் சொல்கின்றனர். இந்தச் சொல்லை எப்படிப் பொருள் கொள்வது? 'டிஸ்டர்ப்' என்றால் ஒருவர் ஒரு வேலையில் முனைந்திருக்கும்போது அதற்கு இடையூறு செய்வது என்றுதான் பரவலாகப் பொருள் கொள்ளப்படுகிறது. ஒருவன் மனத்தில் புகுந்து அம்மனத்தை இடையூறுக்கு ஆளாக்குவதுதான் படைப்பாளியின் நோக்கமா? படைப்பின் விளைவா? விளைவுகள் நல்லதாகவோ கெட்டதாகவோ இருக்கும் பட்சத்தில் படைப்பின் விளைவு நல்லதாகவே இருக்க வேண்டும் என்பது முன்னோர் கருத்து. எனவே சில நூல்கள் திரிகடுகம் (சுக்கு, மிளகு, திப்பிலி) என்னும் மருத்துவப் பெயர் பெற்றன. சங்க இலக்கியத்திலும் காதுக்குப் போடும் சொட்டு மருந்து, வாய்வழி உட்கொள்ளும் மருந்து போன்றவை

நவிற்சிகளுக்கு உவமையாக்கப்பட்டுள்ளன. இவற்றை எல்லாம் நான் கருத்தில் கொண்டிருக்கிறேன். ஔசித்யம், சுபாஷிதம் போன்ற கருத்துகளையும் அறிவேன். பௌத்தம் படைப்புகளை சிகித்சை செய்வன என்று கண்டிருக்கிறது. இவையெல்லாம் சொல்லின் – மொழியின் இருபக்கத் தன்மையை உணர்ந்து சொல்லப்பட்டவை. எனது கோட்பாடு என்பது இப்படிப்பட்டது. இதைத் தவிரவும் சில உண்டு. காலத்தால் போதிக்கப்பட்டவை. 1970களில் சிலர் என்னை ஒரு 'மனிபெஸ்டோ' வெளியிட வேண்டும் என்று கேட்டுக்கொண்டனர். கொள்கை, நம்பிக்கை எதுவானாலும் என்னுடையவை என்பவை எனது கவிதைகளின் மூலமாகவே வெளிப்பட வேண்டும் என்று நான் சொன்னேன். அனேகமாக வாசகர்கள் இதை அறிந்திருக்கிறார்கள் என்றே நம்புகிறேன். கவிதைக்குக் கோட்பாடு அவசியமா என்றால் வேண்டும் என்றுதான் சொல்லத் தோன்றுகிறது.

**நீங்கள் உலகக் கவியரங்கங்களில் கலந்துகொண்டிருக்கிறீர்கள். உலகக் கவிதைகளின் தரத்தோடு ஒப்பிட்டுப் பார்க்கும்போது நவீன தமிழ்க் கவிதையின் இடம் என்ன என்று நினைக்கிறீர்கள்?**

ஒரு மொழியில் எழுதப்படும் கவிதை மற்றொரு மொழியிலும் செவ்வனே பெயர்த்து அமைக்கக்கூடிய வகையில் இருந்தால் அது உலகத் தரமுடையது என்று சொல்லலாம். ஒரு மொழியில் தோன்றினாலும் வேற்று மொழியில் புகக்கூடியவை என்பவை கருத்துகள்தாம். 'உலகம்' என்பது நாட்டுக்குப் புறம்பானது. மொழியின் அழகுகளைக் கொண்ட கவிதைகளைக் கொண்ட கவிதைகள் மற்ற மொழிகளில் செல்லும்போது அவற்றை இழந்துவிடும். நவீன கவிதைகளில் உருவக நடையும் தகவல்களின் செல்வாக்கும் கூடியிருப்பதால் அவை உலகத்தை எட்ட வல்லன. ஆனால் உலகத்தை எட்டுவது இன்று எளிதாகி விட்டது. வெளிநாட்டுக் கவிஞர்களின் கவிதைகள் நமக்கு ஆங்கிலம் வழி கிடைத்துவருகின்றன. நமது கவிதைகளும் வெளிநாட்டுக்குக் கிடைக்கும். இதில் முதல் கட்டத் தெரிவு நேர்கிறது. இத்தொகுப்புகளின் கவிதைகளை உலகக் கவிதை என்று சொல்லிவிட முடியாது. பிற நாட்டு வாசகர்களிடத்திலும் நெடிய, நீடித்த விளைவுகளை உண்டாக்க வல்லவையே உலகக் கவிதைகளாகும். இப்படிப்பட்ட கவிதைகள் பல தமிழில் எழுதப்பட்டுள்ளன.

**ஹைகூ, சென்ரியு என்றெல்லாம் புதுப்புதுக் கவிதை வடிவங்கள் வந்திருக்கின்றன. இது பற்றி உங்கள் கருத்து என்ன?**

சென்ற நூற்றாண்டின் தொடக்கத்திலேயே ஹைகூ தமிழுக்கு அறிமுகமாயிற்று. பாரதியார் இதைப் பற்றிக் குறிப்பிட்டார்.

பின்பு 1960களின் மையத்தில் க.நா.சு. சில ஹைகூ கவிதைகளை வெளியிட்டார். சுருக்கமாக, திட்பமாகச் சொல்லக்கூடிய இந்த வடிவம் மரபு சார்ந்த கவிஞர்களைக் கவர்ந்த அளவுக்கு நவீன கவிஞர்களைக் கவர்ந்ததாகக் கூறமுடியாது. ஹைகூ என்றில்லாமலே தமிழில் பல நுண் கவிதைகள் எழுதப்பட்டுள்ளன. தமிழில் 'சாரடை' என்ற வடிவத்தை ஆங்கிலம் வழி தமிழில் பாரதியார் முயன்றார். வேறு மொழிகளிலும் இந்த வடிவம் முயலப்பட்டது. குறிப்பாகக் கன்னடத்தில் 'சஷ்டாஷ்டபதி' என்ற பெயரில் பயிலப்பட்டன என்று கன்னடப் பெருங்கவிஞர் சென்னவீர கணவி என்னிடம் ஒருமுறை சொன்னார். நான்கூட 70களில் சில வடிவங்களை – குறிப்பாக இத்தாலியக் கவிதை ஒன்றின் மூன்றடி வடிவத்தை – முயன்றேன். என்ன வடிவத்தை முயன்றாலும் அதன் நவீனத்தைத் தமிழ் விழுங்கிவிடுகிறது. பல சந்தர்ப்பங்களில் ஹைகூ என்பது உவமத் தொகை என்ற நினைவு எழுகிறது. கவிதையில் வடிவம் என்பது சீர் அல்லது சொற்களின் எண்ணிக்கை கொண்டதல்ல.

**'எட்டுக் கவிதைக'ளில் ஒன்றான 'தேங்காய்' கவிதை ஒரு எக்சிஸ்டென்ஷியலிஸக் கவிதை. அதே போல் சமீபத்தில் நீங்கள் எழுதிய 'ஆபத்தான நாட்கள்' பின்நவீனக் கவிதை. இது போன்ற கவிதைகளை எவ்வாறு நீங்கள் கண்டடைந்தீர்கள் என்பதை விளக்கிச் சொல்லுங்கள்.**

வாழ்க்கை என்பது நேர்க் கோட்டால் ஆனது. ஆதி அந்தமற்றது. அதில் தனிமனிதனின் வாழ்க்கை என்பது ஆயுள் என்ற கால வரையறைக்குட்பட்டது. இந்த ஆயுளும் நேர்க் கோட்டில் செல்வது. ஆனால் இதில் எண்ணற்ற குறுக்கீட்டுக் கோடுகள் உண்டு. சிலவற்றை நம்மால் அறியமுடிகிறது. பல, நாம் அறிவதற்கு முன்பே குறுக்கே ஊடறுத்து ஓடி மறைந்துவிடுகின்றன. இந்தக் குறுக்கீட்டுக்குப் பிறகு நமது அனுபவத் தொகுதி மாறுதல் அடைகிறதா, மாறவில்லையா? பல நுட்பமான மாறுதல்கள் உண்டாகின்றன. பல சமயங்களில் வாழ்க்கையைப் பற்றி மிகவும் ஆயாசமான கருத்துகள் உருவாகின்றன. மனித வாழ்க்கையின் நொய்ம்மையை நொடிக்கு நொடி ஒருவரால் உணரமுடிகிறது. அவரவர் நிலைமைக்குத் 'தத்தம் கருமமே கட்டளைக் கல்' என்பதுபோல் ஆகிவிடுகிறது. வாழ்தல் என்ற சலிப்பு கலந்த அவஸ்தையோடு, நாமே தெரிந்தெடுக்க வேண்டியதாகவும் போக்குகள் உள்ளன. எந்த அடிப்படையிலும் எந்த ஒன்றையும் தீர்மானமாகத் தெரிவுசெய்ய முடிவதில்லை. இதைத் தவிர கால நிர்ப்பந்தங்கள். நான் இப்படியே இருந்துவிடுகிறேனே என்று சொல்ல முடியவில்லை. மனத்தில் உணர்ச்சிக் கோளம் சுழன்றுகொண்டேயிருக்கிறது பாருங்கள். வரலாற்றில் இருபதாம்

நூற்றாண்டு விசேஷமான நூற்றாண்டு. அதிர்ஷ்டமும் துரதிர்ஷ்டமும் நிறைந்தது. விஞ்ஞானக் கண்டுபிடிப்புகள், அவற்றின் விளைவாக மனித வாழ்க்கையின் மேம்பாடு, பிரபஞ்சத்தைப் பற்றிய புதிய புரிதல்கள் என்று ஒரு பக்கம். மறுபக்கம் இரண்டு உலகப் போர்கள் – லட்சோபலட்சம் மக்களின் மரணம் – கொடுங்கோலர்கள் – நாடு அடிமைப்படுத்தல் போன்ற அநீதிகள் நிகழ்ந்துள்ளன. 1960 வரைக்கும் நான் இவற்றைக் கவனித்திருக்கிறேன். தமிழ்நாட்டிலும் பிரச்சினைக்குப் பஞ்சமில்லை. 20ஆம் நூற்றாண்டை எப்படிப் பதப்படுத்துவது என்று இலக்கியவாதிகளும் முயன்றுள்ளனர். பல வகையான தேசியம், மார்க்சியம், சமய மறுமலர்ச்சி என்றிப்படித் தீர்மானங்கள் மொழியப்பட்டன. தொட்டால் தூளாகிவிடுவது போல்தான் நிலைமை இருந்தது. இவற்றிலிருந்து விலகிப் பார்ப்பதும் அவசியமாயிற்று. என் கவிதைகள் பிரதிபலிக்கும்போது அதற்குரிய பெயரையும் அடைகிறதென்று நினைக்கிறேன்.

**ஒரு கவிஞர் என்ற முறையில் சக கவிஞர்களின் கவிதைகளை எவ்வாறு பார்க்கிறீர்கள்?**

என்னுடையதல்லாத ஒவ்வொரு கவிதையையும் தெருக் கோடிவரை சென்று நான் அழைத்துவரும் விருந்தினராகவே பார்க்கிறேன். 1900இலிருந்து 2003 வரை எழுதப்பட்டு வெளியான கவிதைகளில் வெளியில் தெரியவராமலே போய்விட்ட கவிஞர்களின் கவிதைகளையும் நான் படித்திருக்கிறேன். எனக்குப் பிடித்தது என்றால் அந்தக் கவிதையைப் பாராட்டாமல் இருக்கமுடியாது. படித்தபின் இரண்டொரு மாதங்கள் வரைக்கும் அந்தக் கவிதைகளின் சிறப்பைக் குறித்தே புலம்பிக்கொண்டிருப்பேன். சில சமயம் நான் கவிதைகளைப் படித்துக் கண் கலங்கிவிடுவேன். 90களில் எழுதத் தொடங்கிய பல கவிஞர்களின் பல கவிதைகள் என்னைத் திளைக்கவைத்துள்ளன. இந்த மகிழ்ச்சிக்காக அடுத்து வரும் பிறப்புகளிலும் அவர்களுக்கு நன்றி உடையவனாகவே இருப்பேன்.

**'இருண்மை' குறித்து உங்கள் பார்வை என்ன?**

நவீன இலக்கியத்தில் கவிதை சார்ந்து எழுந்த ஓர் அவதானிப்பு. சில புரியாத கவிதைகளைக் குறித்துப் பேச எழுந்த ஒரு கோட்பாடும்கூட. 'இருண்மை' என்பது அண்மைக் காலத்துச் சொல்தான் என்றாலும் இந்தப் பண்பு கவிதையில் எப்போதும் இருந்துவருகிறது. கவிதையில் வெளிச்சம் விழாத பகுதி இருண்மை. இது படைப்பாளியே ஓர் உத்தியாகப் பயன்படுத்தியிருக்கலாம், அல்லது படைப்பாளி தான் ஓர் அரிய – அதிசய

விஷயத்தைச் சொல்ல முயல்வதாகவும் அது முடியாமல் போய்விட்டதாகவும், அல்லது சொல்லியிருப்பதாகவும் அது வாசகனுக்குப் புரியாமல் உள்ளதாகவும் கூற முற்படும்போதும் இருண்மை ஏற்படுகிறது. இருண்மை, பிரகாசம் சார்ந்த உருவகம். இதுவே ஒலியின் அடிப்படையில் சொல்லும்போது மௌனம் ஆகும். சொல்லின் நிகழ்ச்சி போலவே சொல்லின் நிகழாமையைக் காட்டுகிறது இருண்மை – மௌனம். ஒவ்வொரு கவிதையிலும் இது நிழல்போல் தொடர்கிறது. சாதாரணப் பேச்சிலாகட்டும், கவிதையிலாகட்டும், சொல்லி முடிக்கப்பட்டதென்பதே கிடையாது. பேச்சு தொடர்ந்து போய்க்கொண்டே இருக்கிறது. சொல்லின் நிகழ்வின்போது சில விடுபடுதல் நிகழ்வது இயற்கை விதி. இதை வாசகன் நன்றாக உணர்ந்திருக்கிறான். ஒரு காலகட்டம் முழுவதையும் இலக்கியம் இருட்டிவிடக்கூடும், அல்லது மௌனம் சாதிக்கக்கூடும். பேச்சு பற்றி, உரையாடல் பற்றி நிகழும் இவ்விதி கவிதையில் அலங்காரமாகவும் பயன்படுகிறது. மனதொப்பி அவநம்பிக்கையை ஒத்திவைத்தல் போன்றது இருண்மையை வாசகன் ஏற்பது. படைப்புக்கும் வாசகனுக்கும் இடையே ஒரு உறவும் இங்கே அமைகிறது. உதாரணத்துக்கு இரண்டு கவிதைகளின் சில பகுதிகளைப் பார்க்கலாம்.

மனுஷ்ய புத்திரனின் 'அன்பின் கரங்கள்' என்ற கவிதையின் பகுதி இது:

இன்றென் அன்பின் கரத்தை
வெட்டி எறிகையில்
அங்கே வலியேதுமில்லை.

இந்தப் பகுதியில் சில மறைபுகள் (இருண்மை – மௌனம்) உள்ளன. யார் வெட்டினார், ஏன் வெட்டினார் என்ற கேள்விகளுக்கு இதில் பதில் இல்லை, பதிலும் வேண்டாம். ஏனெனில் கேள்வியே தேவைப்படாத ஒன்று. வாசகன் மனத்தில் இந்தக் கேள்விகள் எழாமல் கவனித்துக்கொள்வது மறைபு. இது நவிற்சி முறையாக – உத்தியாக – செயல்படுவதால் இந்தக் கேள்விக்கு இடமில்லை. 'அங்கே வலியேதுமில்லை' என்றால் அதெப்படி வெட்டினால் வலியில்லாமல் போகும் என்று கேட்டால் அந்தக் கேள்வி வாசிப்பறியாமையைக் காட்டுகிறது. செந்தில் குமாரின் 'தார்ச் சாலையில் ஒளிரும் பூதம்' என்ற கவிதையின் முதற்பகுதி இது:

பூதங்கள் விற்கப்படுகின்றன
நீங்கள் வாங்கிவிட்டீர்களா ?
பூதத்தை ரகசியமான சிறுகத்திபோல் தன் இடுப்பில்
வைத்திருந்த ஒருவன்
பூதங்களுக்கென ஒதுக்கியிருந்த
பிளாட்பாரத்தில் நடந்து வந்தான்

பூதங்கள் பற்றியதில் மறைபு உள்ளது. ஏதோ ஒன்று – எவரோ ஒருவர் பூதமாக உருவகிக்கப்படுகிறார் என்பது வாசகனுக்கு உடனே தெரிந்துவிடுகிறது. இவ்விரண்டு உதாரணங்களிலும் மறைபு – இருண்மை – மௌனம் உருவகம் சார்ந்தது. இது வாசகனுக்குப் பரிச்சயமானது. மிகத் தெளிவான கவிதைகளிலும் மறைபு உண்டு. தத்துவத்தில் 'அபோகா' என்று பெயரிடப்பட்டு நுட்பமான விவாதங்களை இது தூண்டி விட்டுள்ளது. அங்கதம் பற்றிக் கம்பர் சொன்னதிலும் மறைபு உண்டு. நவீன கவிதைகளின் அருட்பெருஞ்சோதி இருண்மைதான். மகாவாக்கியமும் மௌனம்தான்.

**இத்தனை ஆண்டுக்கால இலக்கிய வாழ்வில் உங்கள் நிலைப்பாட்டில் சுயவிமர்சனம் ஏதாவது இருக்கிறதென்று கருதுகிறீர்களா?**

கடந்த 35 ஆண்டுக்கால வாழ்வில் என் கவிதைகள் அதிகமும் விமர்சிக்கப்பட்டுள்ளன. இன்றும் விமர்சிக்கப்படுகின்றன. முதல் தொகுப்பான 'அன்று வேறு கிழமை' வெளிவந்தபோதே ஒருவர் 'அது வெளிவரட்டும். பாம்பை அடிப்பது போல் அடிக்கிறேன்' என்றார். ஏன் அவர் இப்படிச் சொல்ல நேர்ந்தது என்று நான் எண்ணத் தொடங்கினேன். மிகப் பெரிய கவிஞருக்கும் கவிதைக்கு மட்டுமே பயன்படுத்தப்படும் சில சொல்லாட்டங்களை அற்பமாக நினைத்துச் சிலர் பயன்படுத்துவதைப் பார்க்கிறேன். கவிதையின் உருவம் ஞான சொரூபம். ஒரு மூடக் கவிஞனால்கூட அதை மறைக்க முடியாது. ஆனால் சில விமர்சகர்களின் அறிதலின்மை – அறியாமை அல்ல – தெரிகிறது. இவை எல்லாம் என் மனத்தில் புகுகின்றன. என் அகத்தின் உட்பொதிவை இவை பாதித்தால் பின்னர் வரும் கவிதைகளில் அந்தப் பாதிப்பு தெரியும். சுயவிமர்சனம் என்பது என்னளவில் நான் ஏன் ஐந்து அல்லது ஆறாம் வயதில் கேட்ட ஒரு சுக நாதம் – அதன் நடையில் வித்தியாசம் கேட்கும்போது ... சரி, விடுங்கள் ...

**நீங்கள் கவிதை மட்டுமல்லாமல் சிறுகதை, நாவல் போன்றவற்றையும் வாசிக்கிறீர்கள், விமர்சிக்கிறீர்கள். ஆனால் நீங்கள் ஏன் படைப்பு என்று வரும்போது கவிதை, கட்டுரை என்று நின்றுவிடுகிறீர்கள்?**

கவிதை சிறியதாக இருக்கிறது. எண்ணிவிடத் தகுந்த அளவுக்குக் குறைந்த எண்ணிக்கையில் சொற்கள் உள்ளது. அதைவிடச் சிறுகதை நீளமானது. அதைவிட நீளமானது குறுநாவல். அதைவிட நீளமானது நாவல். எனவே கவிதை என்பது ஒரு வகையான எகானமி. இது பழகிய பின்பு மற்ற வகை எகனாமிகள் அவ்வளவாக ருசிக்காது. கவிதையின் ஆத்மா *transcategorical*–ஆனது. அதனால்தான் முன்னோர்கள் எல்லா

வகையான எழுத்துகளையும் கவிதை என்றும் காவியம் என்றும் குறித்து அவற்றில் எண்ணிக்கைக்கு வசமானதைக் கவிதை என்று குறிப்பிட்டார்கள். படைப்புகளின் பயன்பாட்டு உரிமை இடம் மாறக்கூடியவை. நான் விமர்சனம் செய்யும்போது பண்பாடு தொடர்பான செய்திகளைக் கிளற விரும்புகிறேன். இன்று படைப்பு பண்பாட்டுப் பண்டமாதலால் – என்றைக்கும் அப்படித்தானே – பண்பாட்டு விமர்சனம் செய்ய வாய்ப்பிருக்கிறது. இதனால் உயிர்ப்பு மொழிக்கு வாய்க்கிறது... 90களின் இலக்கியத்தில் வெளிப்படும் சில மனப்பாங்குகள், சொல்லாட்சிகள், சில முன்னிலைப்படுத்தல்கள், சில தகர்ப்புகள் இவற்றையெல்லாம் பண்பாட்டின் அடிப்படையில்தான் புரிந்துகொள்ள முடிகிறது.

பிற்சேர்க்கை

# தெற்கில் கேட்கும் பறை

அஸ்தி கிடைக்காத பிணங்களுக் காக
    அமெரிக்கன் அலறுகிறான்
அவற்றின் பொருட்டு ஈட்டுப் பணங்கேட்டு
    வழக்குத் திரள்கிறது
    பிணங்களின் பெருமை மேலும் உயர்கிறது
    அடுத்துச் செய்வதைப்
பிணங்கள் தெளிவாய்க் கூறிச் செல்கின்றன.
    நுவ ரேலி யாவில்
    எவ ரா லேயோ
    குத்தப் பட்டுக் கடைத்தெருவில் கிடந்த
பிணத்தை எடுக்கச் சென்றவன் பிணத்தைக்
    கையில் ஏந்திப்
    பதுங்கிப்
    பதுங்கி
எடுத்துச் செல்கிறோம் நமது பிணங்களை
    இன்று
    ஏழ் பனை நாட்டின்
    புராதனச் சங்கின்
விம்மல் ஒன்று மாலையில் மடிகிறது
    தெற்கின் பறைக் கொட்டில்
    மேலும் தளர்ந்தன
குப்பத்து முருங்கையின் கோணற் கிளைகள்.

*மையம்*, அக்டோபர் – டிசம்பர் 1983

# தமிழை எங்கே நிறுத்தலாம்

வாசன் மகனுக்கென்றால் மட்டும்
அச்சுப் பொறிகள் அடிக்குமோ?
முத்துச்சாமி போன்றவர் சொன்னால்
மாட்டே னென்று மறுக்குமோ?

காசுகள் ரெண்டு கையிலிருந்தால்
எதையும் எங்கும் நிறுத்தலாம்
காசு படைத்தவன் தமிழைக் கொண்டுபோய்
எங்கெல்லாமோ நிறுத்தினான்.

புலவர் பலரும் தமிழை இறுக்கிக்
குகைக்குள் கொண்டு தள்ளினார்.
குறளால் சிலம்பால் புறத்தால் அகத்தால்
கண்ணைக் கண்ணைக் கட்டினார்.

குகையிலிருந்த தமிழைக் கண்டு
குமுதம் கட்டிக் கொண்டதும்
சுப்ரதீபக் கவிஞர்களெல்லாம்
வஜனம் எழுதிக் களிக்கிறார்.

தொழில்மய மாகத் திருமணமாகாக்
காளைகள் சுற்றும் நாட்டிலே
அவர்களுக் கென்றே ஏடு நடத்துவோர்
மூட்டை அவிழ்த்துத் தருகிறார்.

ஞானக்கூத்தன்

வேற்று நாட்டுச் சரக்குகளோடு
உள்ளூர்ச் சரக்கை ஒப்பிட்டால்
தலையில் தலையில் அடித்துக் கொண்டால்
தேவலாம் போல இருக்குது.

மோச மின்னும் போவதற்குள்ளே
வித்தைக்காரர் வரவேண்டும்
வித்தை தெரிந்த எழுத்துக் கலைஞர்
விலகி நிற்கக் கூடாது.

வித்தை தெரிந்தவர்க் கெல்லாமின்று
வேலை இருக்குது பலவாக.
நம்
கையிலும் ரெண்டு காசுகளுண்டு
இனி
தமிழை எங்கே நிறுத்தலாம்.

*கசடதபற, அக்டோபர் 1970*